'हेलावून टाकणारं, विचारप्रवृत्त करणारं आणि मोठा विचार मांडणारं.'
एस.जे. वॉटसन

'बुद्धीमत्तापूर्ण, मजेशीर शैलीत लिहिलेलं, दृढतापूर्ण आणि विश्वास देणारं पुस्तक. कधी कधी नैराश्य आपल्याला मौनाच्या खोल दरीत ढकलून देतं. मॅट हेगनी आपल्यासाठी त्या शब्दांचा शोध घेतला आहे.'
जोआन हॅरिस

'शहाणपण आणि उबदार भावना देणारं पुस्तक.'
नेथन फाइलर

'अगदी कठीण आणि संवेदनशील विषय या पुस्तकाने अंधारातून प्रकाशात आणला आहे.'
मायकल पॅलीन

'विचारप्रवण, प्रामाणिक आणि आश्चर्यकारकरित्या अंतर्दृष्टी देणारं पुस्तक.'
जेनी कोल्गान

'अद्‌भुत आणि उत्तम लेखन.'
इयन रॅन्किन

'मॅट हेग हा विस्मयकारक लेखक आहे.'
स्टीफन फ्राय

‘अत्यंत उत्तम!’

बुकमंच

‘ऊबदार आणि गुंतवून ठेवणारं नर्मविनोदी शैलीतलं लेखन!’

संडे टाईम्स

‘महत्त्वाचं पुस्तक! समाजाच्या स्वास्थ्यासाठी उपयुक्त!’

जो ब्रँड

‘यावर्षी वाचलेल्या पुस्तकांपैकी बहुतेक सर्वांत महत्त्वाचे पुस्तक!’

सायमन मेयो

‘हळुवार, निष्पक्ष आणि प्रेरणादायी!’

संडे एक्स्प्रेस

‘अत्यंत विलक्षण! हे सर्वांना वाचायला सांगायला हवं!’

रिचर्ड कोल्स

‘छोटेखानी, सकारात्मक, पटकन वाचता येईल असं!’

डेली मेल

अशी केली मी नैराश्यावर मात

मॅट हेग

अनुवाद : नीता कुलकर्णी

MANJUL
मंजुल पब्लिशिंग हाउस

First published in India by

MANJUL

Manjul Publishing House

Pune Editorial Office

•Flat No. 1, 1st Floor, Samartha apartment, 1031,
Tilak Road, Pune – 411 002

Corporate and Editorial Office

•2nd Floor, Usha Preet Complex, 42 Malviya Nagar,
Bhopal 462 003 – India

Sales and Marketing Office

•C-16, Sector 3, Noida, Uttar Pradesh 201301, India
Website: www.manjulindia.com

Distribution Centres

Ahmedabad, Bengaluru, Bhopal, Kolkata, Chennai,
Hyderabad, Mumbai, New Delhi, Pune

Marathi translation of *Reasons to Stay Alive*

Original English edition published by Canongate Books Ltd.

Marathi edition first published in 2022
by Manjul Publishing House Pvt. Ltd.

ISBN: 978-93-5543-190-5

Marathi translation: Neeta Kulkarni

Author's image © Kan Lailey

Cover design © PealiDezine, peali.duttagupta@gmail.com

Printed and bound in India by Nutech Print Services India

अँड्रियाला...

हे पुस्तक जन्माला येणं अशक्य होतं...

तेरा वर्षांपूर्वीची गोष्ट आहे... हे पुस्तक माझ्या हातून लिहून होणार नाही, याची मला खात्री होती. मी लवकरच एक तर मरणार किंवा मला वेड लागणार, असं वाटत होतं.

मी जिवंत राहीन याचा एकही मार्ग, एकही उपाय दिसत नव्हता. कधीकधी तर वाटायचं, पुढच्या दहाव्या मिनिटाला मी या जगात असेन तरी का? मग अशा प्रकारे माझ्या मनःस्थितीबद्दल लिहिण्यासाठी मी बरा असेन का, किंवा तेवढ्या आत्मविश्वासाने मला लिहिता येईल का, अशी शंका मनात दाटून येत असे. नव्हे, त्या बाबत कणभरही खात्री वाटत नसे.

नैराश्य किंवा औदासीन्याचं (यापुढे नैराश्य हाच शब्द वापरणार आहे.) प्रमुख लक्षण म्हणजे आशेचा किरणही न दिसणं... भविष्य अंधकारमय आहे, असा विचार प्रबळपणे मनात येणं. तुम्ही एखाद्या लांबलचक काळोख्या बोगद्यात अडकला आहात. त्याच्या पलीकडे दूर कुठेतरी प्रकाश आहे, पण बाहेर पडावं, तर बोगद्याच्या दोन्ही बाजू बंद आहेत. मधे तुम्ही सापडला आहात, असं काहीसं वाटू लागतं. मग मला भविष्य माहीत आहे आणि मी जे अनुभवतोय त्यापेक्षा ते खूप चांगलं आहे, असा क्षणभर विचार केला, तर बोगद्याचा बंद झालेला एक दरवाजा उखडून टाकायला हवा. तरच मला तो पलीकडचा प्रकाश दिसला असता. म्हणूनच मला वाटतं की नैराश्य तुमच्याशी खोटं बोलतं याचा उत्तम पुरावा म्हणजे प्रत्यक्षात आलेलं हे पुस्तक! ज्या गोष्टी चुकीच्या आहेत, नैराश्य त्या गोष्टींचा विचार करायला तुम्हांला भाग पाडतं.

मात्र एक गोष्ट खरी, ती म्हणजे नैराश्य ही बाब खोटी किंवा असत्य नसते. आजवर मी अनुभवलेल्या गोष्टींमधली नैराश्य ही सर्वाधिक सत्य... खरीखुरी गोष्ट आहे. अर्थात, ती तुम्हांला दिसत नाही, ती अदृश्य असते.

इतर लोकांच्या लेखी तर ती नगण्यच असते. किंबहुना ती अस्तित्वातच नसते. तुमच्या डोक्यावर मोठा आगडोंब घेऊन तुम्ही हिंडत असता आणि कुणालाही त्याच्या ज्वाळा दिसतसुद्धा नसतात. नैराश्य ही गोष्ट बहुतांश वेळा दिसत नाही. तिच्या भोवती गूढतेचं दाट वलय असतं, म्हणूनच जगताना नैराश्याचा धब्बा... कलंक... कालिमा फार छळत राहतो. हा धब्बा खिन्न मानसिकता असणाऱ्या लोकांसाठी फारच क्रूर गोष्ट असते. कारण त्यामुळे तुमच्या विचारांवर विपरीत परिणाम होतात आणि नैराश्य ही तर विचारांचीच व्याधी आहे.

जेव्हा तुमच्या मनावर नैराश्याचं सावट असतं, त्या वेळी तुम्हांला एकटेपणा जाणवू लागतो. ज्या परिस्थितीला तुम्ही तोंड देता आहात, ती इतर कुणावरच आलेली नाही, हा विचार तुमच्या मनात येत असतो. इतर लोकांना विचित्र वाटेल म्हणून अनेक गोष्टी आत्मसात करूनही तुम्ही त्याबद्दल जाहीरपणे बोलत नाही. न जाणो, लोक आपल्याला त्यांच्यापासून दूर करतील, या भीतीने तुम्ही गप्प बसता, नैराश्याबद्दल बोलत नाही. पण ही गोष्ट अगदी चुकीची आहे, कारण या बाबत तुम्ही खुलेपणाने जितकं बोलाल, तेवढा त्याचा फायदा होतो. आपलं बोलणं, आपलं लेखन यामुळेच साऱ्या जगाशी आपण जोडले जातो. म्हणूनच नैराश्याबाबत इतरांशी बोलत राहणं, या विषयावर लिहिणं यामुळे एकमेकांशी जोडलं जायला मदत होतेच, पण आपण स्वतःशीदेखील एक बंध जोडू शकतो.

होय, आपण शेवटी माणसं आहोत, हे मलाही ठाऊक आहे. माणूस ही एक प्रकारे छुपी प्रजाती आहे. म्हणजे काय, तर सगळ्या गोष्टी झाकून ठेवायला तिला आवडतात. शरीर झाकण्यासाठी माणूस कपडे घालतो, अगदी नवनिर्मितीसुद्धा बंद दरवाजांच्या आडच तो करत असतो. जेव्हा काही गोष्टींचं दान मनासारखं पडत नाही, त्या वेळी आपल्याला भयंकर लाज वाटते. पण अशा वेळी त्या बाबत इतरांशी बोलून, चर्चा करून आपण परिस्थितीवर मात करून पुढे जाऊ शकतो. बोलण्याच्या जोडीला या संदर्भात वाचन आणि लेखन करूनही आपण मार्ग काढू शकतो.

या गोष्टीवर माझा अगदी गाढ विश्वास आहे. याचं कारण म्हणजे, अंधाऱ्या गर्तेतून वाचन आणि लेखन या दोन गोष्टींमुळे बऱ्याच प्रमाणात माझी मुक्तता झाली. नैराश्य भविष्याबद्दल खोटं बोलतंय, ही जाणीव जेव्हा मला झाली, त्या क्षणी नैराश्य आणि अतिचिंता या दोन गोष्टींचा थेट सामना करण्यासाठी माझ्या अनुभवांवर आधारित पुस्तक लिहायचं मी ठरवलं. म्हणून या पुस्तकामुळे दोन गोष्टी घडून याव्यात असं वाटतं. नैराश्य या गोष्टीशी जोडला गेलेला तो कलंक, तो धब्बा पुसट व्हावा आणि दुसरी गोष्ट म्हणजे जरा स्वप्नाळू महत्त्वाकांक्षा म्हणता येईल ती – कोणत्याही दरीच्या पायथ्याशी उभं राहून तुम्हांला सुस्पष्ट नजारा दिसत नाही – ही गोष्ट मला सांगायची आहे. मी हे पुस्तक लिहिलं कारण आपले जुने ठोकताळे खरे आहेत, हेही मला सांगायचं होतं. काळ जखमा भरून काढतो, आपल्याला दिसत नसला तरी बोगद्याच्या दुसऱ्या टोकाला प्रकाश *असतो*. कोणत्याही कृष्णमेघाला रुपेरी किनार असते... वगैरे! अनेकदा शब्द तुम्हांला जोखडातून मुक्त करतात.

वाचायला सुरुवात करण्यापूर्वी

मन ही गोष्ट फार न्यारी असते. दुर्मीळ म्हणावी अशी! मन चुका करतं, तेही अगदी अनोख्या प्रकारे! माझ्या मनाने ज्या काही चुका केल्या, त्या इतरांच्या मनाने केलेल्या चुकांपेक्षा जरा वेगळ्या होत्या. इतर लोकांच्या अनुभवांवर आपले अनुभव उभे राहतात, हे मान्य केलं तरी शेवटी प्रत्येकाचे अनुभव वेगळे असतातच. जसे इतरांचे अनुभव असतील, तसेच तंतोतंत ते नसतात. नैराश्य अशा सरसकटपणे दिलेल्या नावांचा (उदाहरणार्थ – अतिचिंता, अतिभीती, मंत्रचळ असंही आपण म्हणतो) उपयोग होतो. पण लोकांचे या सगळ्या संदर्भातले अनुभव सरसकट सारखे नसतात.

नैराश्य प्रत्येकाच्या बाबतीत वेगळं रूप घेऊन येतं. त्याची वेदना प्रत्येकाच्या संदर्भात निराळी असते, त्याची तीव्रता वेगवेगळी असते आणि या व्याधीला प्रत्येकाचा प्रतिसादही वेगळा असतो. म्हणूनच म्हणतात ना, आपला अनुभव जसाच्या तसा सांगणारं वाचण्याजोगं पुस्तक कोणतं, तर जे पुस्तक आपण स्वतःच लिहिलेलं आहे, तेच!

नैराश्य कसं येतं किंवा पॅनिक अ‍ॅटॅक कसा येईल, आत्महत्या करण्याची इच्छा कशी प्रबळ होईल, याचे कोणतेही योग्य किंवा अयोग्य मार्ग नसतात. म्हणजे त्यामागची कारणं योग्य होती की अयोग्य – असं नसतं. या गोष्टी, ही कारणं निव्वळ *असतात*. दुःख, यातना हा काही योगासारखा स्पर्धात्मक क्रीडाप्रकार नाही. मात्र, अनेक वर्षांच्या अनुभवातून एक गोष्ट माझ्या लक्षात आली आहे. जे लोक नैराश्यग्रस्त होते, ज्यांनी त्याचा सामना करून त्यावर मात केली आहे, त्या लोकांचे अनुभव वाचले की मला फार बरं वाटतं. मला त्यांच्या लेखनाने, अनुभवाने आशेचा किरण दाखवला आहे. माझं हे पुस्तक असाच आशेचा किरण दाखवेल, असं वाटतं.

भाग १

घसरण

“सरतेशेवटी स्वतःला संपवण्यापेक्षा जिवंत राहण्यासाठी जास्त धैर्य लागतं.”

– अल्बर्ट कॅम्यू, *अ हॅपी डेथ*

माझा मृत्यू झाला तो दिवस!

पूर्वीचा मी होतो, त्या माझा मृत्यू झाला तो दिवस **मला आठवतो.**

या सगळ्याची सुरुवात झाली ती अक्षरशः एका विचाराने! काहीतरी चुकत होतं. आणि त्यानंतर अवघ्या एखाद्या सेकंदात डोक्यात काहीतरी वेगळीच संवेदना जाणवू लागली. माझ्या मानेच्यावर डोक्यात खोल... पार कवटीत म्हणता येईल, अशा ठिकाणी काहीतरी जैविक क्रिया घडत होती. लहान मेंदूत काहीतरी घडतंय हे जाणवत होतं. धडधडतंय असं वाटत होतं किंवा एखादं फुलपाखरू तिथे अडकलंय आणि ते आकांताने पंख फडफडवत आहे, असं काहीतरी! सोबत झिणझिण्यादेखील जाणवत होत्या. नैराश्य आणि अतिचिंता या गोष्टींचे कोणकोणते विचित्र शारीरिक दुष्परिणाम घडू शकतात, हे मला अद्याप ठाऊक नव्हतं. आता बहुतेक मी मरून जाणार, असं मला वाटू लागलं. मग माझं हृदय धडधडायचं थांबतंय की काय, अशी शंका येऊ लागली. आणि आपण मरणाच्या वाटेला लागलोय, अशी *माझी मलाच* खात्री पटू लागली. जीव घुसमटायला लागला, गुदमरायला लागला आणि यातून बाहेर येत थोडंफार पूर्व पदावर येण्यासाठी मला तब्बल एक वर्षाहून अधिक काळ लागला.

त्या वेळेपर्यंत मला नैराश्य म्हणजे नेमकं काय असतं या बाबत काहीच माहिती नव्हती किंवा त्या बाबत फारशी जाणीवदेखील नव्हती. मात्र माझ्या जन्मानंतर माझ्या आईला काही काळ हा त्रास झाला होता, ती नैराश्यग्रस्त होती हे मला ठाऊक होतं. माझ्या आजीला, म्हणजे वडिलांच्या आईलाही हा त्रास होता आणि अखेरीस यातून तिने आत्महत्या केली होती, हेही मला ठाऊक होतं. त्यामुळे हा एका अर्थाने आमच्या कुटुंबातला

काहीसा आनुवंशिक प्रकार होता, मात्र त्या बाबत मी कधीच फार गांभीर्याने विचार केला नव्हता.

असो, तर सांगायची गोष्ट म्हणजे, मी तेव्हा चोवीस वर्षांचा होतो आणि स्पेनमध्ये होतो. इबिझा आयलंडवर एका शांत आणि सुंदर ठिकाणी मी राहत होतो. सप्टेंबर महिना होता तो! आता पुढच्या पंधरा दिवसांत मला लंडनला परतणं भाग होतं, म्हणजेच पुन्हा वास्तव जीवनात परतणंही क्रमप्राप्त होतं. सहा वर्षांचं माझं विद्यार्थिजीवन आणि त्यानंतर केलेल्या छोट्या-मोठ्या नोकऱ्या... यानंतरही 'मोठं होणं' ही गोष्ट मी शक्य तेवढी टाळण्याचाच प्रयत्न करत होतो. आता मात्र ही गोष्ट एखाद्या कृष्णमेघासारखी माझ्या डोक्यावर घोंघावू लागली होती. कोणत्याही क्षणी तो ढग फुटून जोरात पाऊस कोसळेल, अशी धाकधूक वाटत असे.

मनाची एक फार विचित्र गोष्ट असते. अनेक गोष्टींचा कल्लोळ मनात उसळलेला असतो, काय काय उलथापालथ तिथे घडत असते, पण त्याची पुसटशी कल्पनाही दुसऱ्या कुणालाही जाणवत नाही. साऱ्या जगाला कसलीही फिकीर नसते. तुमचे विद्यार्थी लांब जाऊ शकतात. तुमचं वर्तन असंबद्ध वाटू शकतं. घामाघूम झाल्याने त्वचा चमकत असते. पण त्या मोठ्या घरात बसलेल्या माझ्या मनात नेमकी काय वादळं घोंघावत आहेत, मला नेमकं काय वाटतंय, विचित्र आणि भयानक मानसिक स्थितीला तोंड देत मी कसा जगतोय किंवा मृत्यू हाच या सगळ्यावरचा उत्तम पर्याय आहे, असं मला का वाटतंय, हे ही कुणालाही कळत नव्हतं.

तब्बल तीन दिवस मी अंथरुणातच पडून होतो. तरीही एक क्षणभरही झोप लागली नव्हती. अँड्रिया - माझी मैत्रीण ठरलेल्या वेळी पाणी किंवा एखादं फळ मला खायला देत होती. पण ते मला ते खाल्लं जातच नव्हतं.

ताजी हवा यावी म्हणून खोलीची खिडकी मुद्दाम उघडी ठेवली होती. पण तरीही खोलीत एक प्रकारची स्तब्धता भरून राहिली होती. कमालीची गरमी जाणवत होती. अजूनही मी चक्क जिवंत आहे, या जाणिवेमुळे माझा मला धक्काच बसला होता. हे असं बोलणं कदाचित अतिरंजित वाटू शकेल, पण नैराश्य आणि अतिचिंता या गोष्टी तुमच्या मनात केवळ अतिरंजित विचारच निर्माण करतात. थोडक्यात सांगायचं, तर मनाला कणभरदेखील

शांतता नव्हती, जिवाला चैन नव्हती. मला फक्त आणि फक्त मरून जावंसं वाटत होतं. जगण्याची तसूभरदेखील इच्छा उरली नव्हती... खरं तर तसंही नाही, मरायचं होतं असं नाही, पण जगावंसंही वाटत नव्हतं. मृत्यूची मला नेहमीच भीती वाटत असे. जे लोक जिवंत असतात, त्यांनाच मृत्यू येतो. बघा ना, ज्यांनी जन्मच घेतला नाही, या पृथ्वीवर जे आलेच नाहीत, असेही अगणित जीव असतात. मला त्या जीवांपैकी एक व्हायचं होतं. आपण जन्मलोच नसतो तर!!! अशी माझीही फार तीव्र इच्छा होती. तसंही तीनशे दशलक्ष शुक्राणूंचं विधिलिखित 'मृत्यू' हेच असतं की! मीही त्यांच्यापैकीच एक असायला हवा होतो, असं मला फार प्रकर्षाने वाटत होतं.

('नॉर्मल' असणं ही काय भाग्याची गोष्ट असते. आयुष्यात कुठल्याशा अदृश्य दोऱ्यांवरून आपण सगळेच जण तोल सावरत, अगदी काळजीपूर्वक चालत असतो. पण कोणत्याही क्षणी आपला पाय घसरून पडण्याची शक्यता असतेच. आणि असे पडलो की मग आपल्या मनात सुप्तावस्थेत असणाऱ्या असंख्य भीती आपल्या समोर आव्हान बनून उभ्या ठाकू शकतात.)

तर, इथे माझ्या खोलीत फारशा काही वस्तू नव्हत्याच. एक पलंग होता आणि त्यावर एक शुभ्र चादर होती. चादरीवर कोणतीही नक्षी नव्हती. खोलीच्या भिंतीदेखील स्वच्छ पांढऱ्या होत्या. एका भिंतीवर बहुतेक एक चित्र होतं, असं वाटतंय... पण नाही, नसावं. म्हणजे ते चित्र होतं की नाही, हे खरंच मला आठवत नाही. बिछान्याशेजारी एक पुस्तक ठेवलं होतं. मी ते उचललं आणि लगेच पुन्हा जागेवर ठेवून दिलं. एका क्षणापेक्षाही जास्त वेळ मी लक्ष केंद्रित करूच शकत नव्हतो. तो अनुभव कसा होता, याचं वर्णन नेमक्या शब्दांत करणं मला शक्य नव्हतं, कारण तो अनुभव शब्दांच्या पलीकडचा होता. म्हणूनच मला मला त्याचं वर्णन व्यवस्थितपणे करता येत नाही. त्या अनुभवाची जी वेदना होती, तिच्या समोर शब्द फारच क्षुल्लक होते.

मला आठवतं, माझ्या लहान बहिणीची मला तेव्हा फार काळजी वाटत होती. तिचं नाव फोबे! ती ऑस्ट्रेलियात होती. फोबे माझी रक्ताच्या नात्याची बहीण! तिच्याशी बोललो तर मला नेमकं काय होतंय, हे तिला कळेल, असं वाटत होतं. म्हणूनच तिच्याशी बोलण्याची फार फार इच्छा होती, पण प्रत्यक्षात मला बोलणं शक्य नाही, हे मला पक्कं

ठाऊक होतं. मला आठवलं, आम्ही दोघेही लहान होतो, तेव्हाची गोष्ट! नॉटिंगहॅमशायरच्या आमच्या घरात आम्हां दोघांच्या दोन वेगळ्या खोल्या होत्या. रात्री झोपताना एकमेकांशी बोलण्यासाठी आम्ही एक भन्नाट पद्धत शोधून काढली होती. भिंतीवर टकटक करून आम्ही गप्पा मारत असू. आता मी माझ्या बिछान्यावर टकटक करू लागलो. तिला तो आवाज पार दुसऱ्या देशात ऐकू जात असेल, अशी मनोमन कल्पना करत होतो.

टकटक टकटक...

'नैराश्य' किंवा अतिभीती या गोष्टी माझ्या डोक्यात कधीच नव्हत्या. इतर अनेक लोकांनीही ज्या गोष्टी कधी अनुभवलेल्याही नसतील, अशा अनुभवांना मी सामोरं जात होतो असंही मला मुळीच वाटत नव्हतं. हे सारं मला फारच नवीन होतं, म्हणूनच मला अगदी परके वाटणारे हे अनुभव इतरांसाठीदेखील नवेच असणार, असं माझं मत होतं.

"अँड्रिया, खूप भीती वाटतीय मला!" मी म्हणालो.

"ठीक आहे, सगळं ठीक होणार आहे... सगळं व्यवस्थित होणार आहे." मला धीर देत ती म्हणाली.

"मला काय होतंय नेमकं?"

"तुला काय होतंय, हे नाही माहीत मला! पण सगळं ठीक होणार आहे."

ती म्हणत होती, तसं सगळं कसं चांगलं होणार, हे मात्र मला खरंच कळत नव्हतं.

आणि अखेरीस, तिसऱ्या दिवशी मी त्या खोलीतून बाहेर आलो, त्या बंगल्यातूनही बाहेर पडलो... आता मला जीव द्यायचा होता.

'नैराश्य' समजून घेणं अवघड का आहे?

नैराश्य अदृश्य असतं.

''जरासं वाईट वाटतंय...'' इतकंच नसतं ते!

त्याचं अशा शब्दांत वर्णन करणं, ही चुकीची गोष्ट आहे. नैराश्य म्हटलं, की मला काय आठवतं सांगू? गाडीचा सपाट झालेला टायर! काहीतरी 'पंक्चर' झालंय... हलतच नाहीये, अशी गोष्ट! जर नैराश्याच्या जोडीला अतिचिंता नसेल, तर कदाचित असं म्हणता येईल. पण नैराश्याच्या जोडीला जर प्रचंड भीतीसुद्धा वाटत असेल, तर मात्र त्यात केवळ सपाट... हवा निघून गेल्यासारखं वाटणं किंवा सगळं काही दगडासारखं निश्चल झाल्यासारखं वाटणं - इतकीच गोष्ट नसते. (मेलीसा बॉर्डर या कवयित्रीने ट्विट केलं होतं - 'What idiot called it depression and not there are bats living in my chest and they take up a lot of room, ps. I see a shadow?' यातली सगळ्यात वाईट गोष्ट कोणती, तर तुमचं मन अदृश्य आणि अमर्याद असतं. त्यामुळे तुम्हांला तुमच्या वेदनेबाबत 'आणखी काहीतरी हवं', असं वाटू लागतं. एखादी शारीरिक वेदना हवीशी होते. कारण मनात जे घडत असतं, ते दाखवता येत नसतं. मनात चाललेले खेळ तितकेच अमर्याद असतात.

जसं एखाद्याला 'जरासं' दारूचं व्यसन असतं, तसंच - तुम्ही नैराश्यग्रस्त असलात, तरी तुम्ही आनंदी असू शकता.

नैराश्याचं एखादं स्पष्ट कारण दरवेळी असतंच, असं नाही.

नैराश्याचा सामना कोणत्याही व्यक्तीला करावा लागू शकतो. लक्षाधीश असोत, चांगले देखणे लोक असोत, वैवाहिक जीवनात अगदी आनंदी-समाधानी लोक असोत. नुकतीच बढती मिळालेले असोत किंवा उत्तम नर्तक असोत, पत्त्यांची जादू करण्यात कुशल असोत किंवा निष्णात गिटार वादक असोत... ज्यांच्या आयुष्यात फारशी काही उणीव नाही असेही आणि आपण अगदी आनंदी आणि खूश आहोत, अशी खात्री असणाऱ्या लोकांनाही हे नैराश्य येऊ शकतं. थोडक्यात, ज्यांच्या वाट्याला दुःख येण्याचं काहीच कारण नाही, असे लोकही नैराश्याच्या कचाट्यातून सुटू शकत नाहीत.

...आणि जे नैराश्यग्रस्त असतात, ज्यांना नैराश्य छळत राहतं, त्यांच्यासाठी तर त्याचं गूढ जास्तच असतं.

सुंदर नजारा

उन्हाचे जोरदार चटके जाणवत होते. पाइनची झाडं आणि समुद्र यांचा एक संमिश्र गंध सभोवार भरून राहिला होता. समोर उंच कड्याच्या खाली समुद्र होता. तो कडा अगदी काही पावलांवर होता. जेमतेम वीस पावलांवर! त्याहून लांब नाही. माझ्या मनात जे काही सुरू होतं, त्याअनुसार मला पुढे फक्त २१ पावलं टाकायची होती... त्या कड्याच्या दिशेने!

"मला मरायचं होतं..."

माझ्या पावलांजवळ एक पाल होती. हो, खरीखुरी पाल! ती दिसली आणि त्या क्षणी माझ्या मनात एक विचार चमकून गेला. पालींची ती गोष्ट माहिती आहे ना तुम्हांला? पाली स्वतःला सहजासहजी मरू देत नाहीत. चिवटपणे मरणावर मात करत राहणारा जीव आहे तो! त्यांची शेपटी तोडलीत, तर त्या जागी नवीन शेपटी येते. त्या उगीच खंत करत, धीर गाळून बसत नाहीत. त्यांना निराशा वगैरे सतावत नाही. परिस्थिती कितीही भीषण किंवा बिकट असली, तरी त्या हार न मानता परिस्थितीवर स्वार होतात. मला पालीसारखी वृत्ती रुजवण्यासाठी काहीतरी आणखी हवं होतं.

मी राहत होतो, तो प्रशस्त बंगला आता माझ्या मागे होता. आजवर मी जेवढ्या घरांत राहिलो, त्यातलं हे सगळ्यात सुंदर घर! या घरासमोर जो नजारा दिसत असे, तोदेखील विलक्षण होता. असं दृश्य मी आधी कुठेही पाहिलं नव्हतं. चमकता भूमध्य समुद्र निळसर हिरव्या रंगाच्या टेबलक्लॉथवर चमचमणारे असंख्य नाजूक हिरे पसरले असावेत, असा दिसत असे. त्याला चुनखडीच्या खडकांची, कड्यांची आणि शुभ्र वाळूच्या निर्मनुष्य किनाऱ्यांची झालर होती. हे दृश्य प्रत्येकाच्याच मनातल्या 'सुंदरते'च्या व्याखेत चपखल बसणारं होतं... आणि तरीही... तरीही मला वेध लागले होते, ते मृत्यूचेच!

या इतक्या अपरिमित देखण्या दृश्यामुळेसुद्धा माझ्या मनातले मृत्यूचे विचार मुळीच दूर होत नव्हते.

जेमतेम वर्षभरापूर्वीच, एम.ए. करत असताना मी मिशेल फुको यांचं बरंच लेखन वाचलं होतं. त्यांच्या प्रसिद्ध *मॅडनेस अँड सिव्हिलायझेशन* या पुस्तकातला बराचसा भाग वाचला होता. वेडेपणाच्या कल्पनेने वेडेपणा करायला अनुमती द्यायला हवी. एखादा घाबरट आणि दडपशाहीचा पुरस्कर्ता असणारा समाज जरा वेगळं काही करू पाहणाऱ्या एखाद्या व्यक्तीवर 'आजारी' म्हणून शिक्का मारून मोकळा होतो. मात्र नैराश्य हा खरोखरचाच 'आजार' *आहे.* हा फक्त एखादा चमत्कारिक विचार नाही. हा काही लहरीपणा, विक्षिप्तपणा नाही. बॉर्गेसचं पुस्तक वाचणं किंवा कॅप्टन बीफहार्टची गाणी ऐकणं, पाईपचे झुरके घेणं किंवा मार्स बारची कल्पनेत चैन करणं - इतकी साधी-सरळ गोष्ट नाही ही! नैराश्य ही एक वेदना आहे. आत्ताच्या क्षणी मी ठीक असलो तरी पुढच्या क्षणी सगळं बिनसून गेलेलं असे. मी अजिबात बरा नव्हतो. म्हणजे मी आजारीच होतो. त्याचं कारण काय आहे, हा आजार ही समाजाची चूक आहे की विज्ञानाची - असल्या प्रश्नांशी मला काही देणंघेणं नव्हतं. मला पुढच्या क्षणाचाही विचार करायचा नव्हता, खरं तर मी तो *करूही शकत नव्हतो.* मला स्वतःला संपवून टाकायचं होतं... बस्स!

...आणि मी ते खरोखरच करणार होतो. माझी प्रेयसी त्या वेळी घरात होती. मी बाहेर होतो. मला जरा वेळ छान मोकळ्या हवेत राहायचंय, असं तिला वाटत असावं.

मी एकेक पाऊल मोजून टाकत होतो. मध्येच केव्हातरी मी मोजायचं विसरलो... माझं मनही भरकटलं. पण मी स्वतःला निग्रहाने बजावलं, "आता अजिबात डरपोकपणा करू नको, घाबरून मुळीच मागे येऊ नको...!"

कड्याच्या टोकाशी पोहोचलो. आता फक्त एक पाऊल... बास्स! मग मी मनातल्या सगळ्या विचारांवर जणू विजयच मिळवला असता. फक्त एक पाऊल... विचित्र वाटलं तरी ही सोपी गोष्ट होती. एक पाऊल विरुद्ध जिवंत असल्याची यातना!

आता इथे एक गोष्ट लक्षात घ्या. एखाद्या नैराश्यग्रस्त व्यक्तीला आनंदी व्हायचं असतं, यावर तुमचा विश्वास असेल, तर तुम्ही पूर्ण चुकीचे आहात. आनंदी होण्याची जी मजा असते, त्या बाबत त्यांना फिकीरच नसते, असंही नाही. त्यांना एकच गोष्ट हवी असते, ती म्हणजे त्यांना वेदना... यातना नको असतात. त्या दूर करणं एवढंच त्यांना हवं असतं. सतत धगधगत्या धुनीवर होरपळणाऱ्या त्यांच्या मनाला शांतता हवी असते. या जळणाऱ्या मनातले विचार भस्मसात होत असतात. आपल्या जवळच्या जुन्या गोष्टी खाक होत असतात आणि घुसमटून टाकणारा धूर येत असतो. अशी परिस्थिती टाळणं हाच एकमेव उद्देश असतो. थोडक्यात *नॉर्मल* व्हायचं असतं किंवा 'शक्य तेवढं नॉर्मल' व्हायचं असतं. जर असं विचारमुक्त... *रिकामं* व्हायचं असेल, तर एकच मार्ग माझ्या पुढे होता... मरण! स्वतःला संपवून टाकणं. एक वजा एक म्हणजे शून्य!

मात्र, हे इतकं सोपंही नव्हतं. नैराश्याबाबत हीच तर सगळ्यात चमत्कारिक गोष्ट असते. तुमच्या मनात आत्महत्येचे कितीही विचार आले, तरी मरणाचं भय कमी नसतं. ती भीती असतेच. फरक एकच असतो, जिवंत असण्याची वेदना अधिकाधिक वाढत जाते. म्हणूनच कुणी स्वतःला संपवलं, असं तुम्ही जेव्हा ऐकता, त्या वेळी त्यांना मृत्यूची भीती वाटतच नव्हती, असं मुळीच नाही - हे लक्षात घ्या. हा नैतिक जाणिवेबाबतचा 'पर्याय' नसतो. या बाबत नैतिकदृष्ट्या काही विचार करणं हा शुद्ध गैरसमज असतो किंवा चुकीच्या पद्धतीने याकडे बघणं असतं.

क्षणभर मी तिथे तसाच थांबलो. मृत्यूला कवटाळण्याचं धैर्य मी गोळा करत होतो आणि नंतर जगण्यासाठीचं धारिष्ट्यही गोळा करत होतो. जगावं?... मी मरावं? जगू नये? थोडी अधिक भीती वाटली असती, तर मी मनातल्या विचारांचं टोक गाठलं असतं. त्या दुसऱ्या विश्वात मी पुढचं पाऊल टाकलं असतं... पण ते हे आत्ताचं जग नव्हतं.

माझे आई-बाबा आहेत. मला एक बहीण आहे. आणि माझी प्रेयसीसुद्धा आहे. माझ्यावर जिवापाड प्रेम करणारे हे चार जण! पण त्या वेडाच्या भरात क्षणभर वाटलं, हे कुणीही नको होते माझ्या आयुष्यात! एकही जण नको होता. इथे यांचं प्रेमच मला कैदेत जखडून ठेवतंय. यापैकी कुणालाच मला नेमकं काय होतंय, ते माहीत नाही. माझ्या डोक्यात किती

गदारोळ उठलाय हे त्यांना कळत नाही. काय सांगावं, अजून दहा मिनिटं ते माझ्या मनात राहिले असते, तर न जाणो, त्यांनीही सांगितलं असतं, ''अरे, हो! ठीक आहे. तू मार उडी! इतकी वेदना सहन करण्यापेक्षा... दुसरा काही मार्गच नाही तुझ्या समोर... सरळ धावत जा आणि मार उडी! डोळे गच्च मिटून घे आणि करून टाक तुला जे हवं ते! समजा, तू आगीच्या विळख्यात सापडला असतास, तर मी तुझ्या भोवती एखादं पांघरूण घट्ट लपेटून घेत त्या ज्वाळा विझवायचा प्रयत्न केला असता. पण इथे ज्वाळाच अदृश्य आहेत. आम्ही काहीच करू शकत नाही. त्यामुळे उडी मार किंवा मला एखादी बंदूक दे. मीच तुला गोळी घालतो. सुखाचं मरण देतो तुला!''

पण असं काही घडलं नाही. कारण... कारण तुम्हांला जेव्हा नैराश्याने घेरलेलं असतं, त्या वेळी तुमच्या यातना... तुमच्या वेदना पूर्णतः अदृश्य असतात.

आणखी एक गोष्ट म्हणजे एका विचाराने मी पुरता घाबरून गेलो होतो, हेही प्रामाणिकपणे कबूल करतो. तो विचार म्हणजे, मी जर मेलो नाहीच, तर काय? मी लोळागोळा होऊन अंथरुणाला खिळलो तर? सापळ्यात अडकल्याप्रमाणे माझी अवस्था झाली आणि मी तसाच निश्चल बनून राहिलो तर?

आयुष्य तुम्हांला तुम्ही मरू नये म्हणून सतत अनेक कारणं देत असतं. फक्त आपण ती मनापासून कान देऊन ऐकायला हवीत. या कारणांच्या मुळाशी असतो आपला भूतकाळ किंवा भविष्यकाळ! भूतकाळातल्या मुळांशी असतात अनेक व्यक्ती ज्यांनी तुम्हांला लहानाचं मोठं केलेलं असतं, कदाचित तुमचे मित्र, प्रियकर-प्रेयसी वगैरे. आणि भविष्यकाळात असतात अनेकानेक संधी, शक्यता! त्यांच्या आधारे नव्याने सुरुवात करता येणार असते.

...अन् म्हणूनच मी जिवंत राहिलो. मी बंगल्याकडे वळलो. त्या वेड्या विचाराचा सारा तणाव झुगारून दिला.

दोन काळांतला संवाद

तेव्हाचा मी : मला मरायचं आहे.

आत्ताचा मी : ठीक आहे, पण आत्ता तू मरणार नाहीयेस.

तेव्हाचा मी : हे भयंकर आहे.

आत्ताचा मी : नाही. हे सगळं फार छान आहे. माझ्यावर विश्वास ठेव.

तेव्हाचा मी : मला ही वेदना सहन होतच नाहीये.

आत्ताचा मी : मला ते ठाऊक आहे. पण तुला सहन करायला हवं. आणि त्याचा निश्चित चांगला परिणाम तुला जाणवेल.

तेव्हाचा मी : पण का? भविष्यात सगळं काही अचूक आणि योग्यच असेल का?

आत्ताचा मी : नाही. तसं मुळीच नाही. आयुष्य कधीही अचूक नसतं. आणि आजही मी वेळोवेळी निराश होतोच की! पण आता मी चांगल्या स्थितीत आहे. वेदना कधीही वाईट नसते. मी कोण आहे, हे मी शोधून काढलंय. मी आनंदी आहे. आत्ता, या क्षणी मी आनंदात आहे. वादळ कोणतेही येवो, ते एका क्षणी शमतं. माझ्यावर विश्वास ठेव.

तेव्हाचा मी : माझा तुझ्यावर विश्वास नाही.

आत्ताचा मी : का?

तेव्हाचा मी : तू भविष्यातला आहेस आणि मला तर भविष्यच नाही.

आत्ताचा मी : मी तुला फक्त सांगायचं काम केलंय...

औषधांच्या गोळ्या

धड न खातापिता मी **अनेक दिवस काढलेत.** माझ्या शरीरात आणि मेंदूत इतक्या काही विचित्र गोष्टींचं रणकंदन माजलं होतं, की त्यामुळे मला भूक लागतच नव्हती. मी काहीतरी खाणं अत्यावश्यक आहे, असं अँड्रियाने मला सांगितलं. फ्रीज उघडून तिने दोन सिमोन गझपाचोचा एक पॅक काढला (स्पेनमध्ये हा गझपाचो फळांच्या रसासारखा विकतात.)

''हे पी.'' तिने ते उघडून माझ्या हातात देत म्हटलं.

मी पहिला घोट घेतला आणि त्या क्षणी मला किती प्रचंड भूक लागलीय, हे फार प्रकर्षाने जाणवलं. त्याचे अजून काही घोट घेतले. जवळपास निम्मा गझपाचो मी प्यायलो असेन. मात्र त्यानंतर धावत बाहेर गेलो. मला उलटी झाली. आता खरं सांगतो, गझपाचो प्यायल्याने उलटी झाली, हे काही कोणत्या आजाराचं लक्षण असेल, असं कुणालाच वाटणार नाही. पण अँड्रिया मात्र सतर्क होती. तिला कोणताही धोका पत्करायचा नव्हता.

''अरे बापरे! चल आपण आत्ता जाऊ!'' ती म्हणाली.

''कुठे जायचंय?'' मी विचारलं.

''मेडिकल सेंटरला!''

''अगं पण तिथे गेल्यावर ते लोक मला गोळ्या घ्यायला लावतील. मी गोळ्या घेऊ शकत नाही.'' मी तक्रारीच्या स्वरात म्हणालो.

अँड्रिया शांतपणे समजावत म्हणाली, ''मॅट, तुला गोळ्यांची *गरज* आहे. तू आत्ता गोळ्या नाही घेतल्या तरी चालू शकेल; या गोष्टीच्या पलीकडे गेला आहेस. त्यामुळे तुला दुसरा पर्याय नाही. आपण तिथे जायचं आहे. कळलं का?''

तिच्या बोलण्यावर मी पुन्हा प्रश्न विचारलाच. पण तो प्रश्न काय होता, हे मला खरंच आठवत नाही. मी काय उत्तर दिलं, हेही मला माहीत नाही. मात्र, आम्ही मेडिकल सेंटरला गेलोच, इतकंच मला माहीत आहे. आणि हो, मला गोळ्यादेखील देण्यात आल्या.

डॉक्टरांनी माझे हात तपासले. माझे हात थरथरत होते. ''किती वेळ भीतीची (panic) भावना जाणवत होती?''

''आत्ताही माझ्या मनातून भीती पूर्णपणे गेलेली नाही. माझं हृदय प्रचंड धडधडतंय. वेगाने ठोके पडत आहेत. मला काहीतरी विचित्र वाटतंय. पण खरं सांगू, 'काहीतरी विचित्र' या शब्दांत मला माझ्या मनातली भावना नेमकेपणाने सांगता येत नाही. मी त्याबद्दल जास्त काही सांगितलं नाही, हेही खरं!'' साधं बोलण्यासाठीही मला प्रचंड प्रयत्न करावे लागत होते.

''हे अ‍ॅड्रेलिनीन आहे. बस्स! आणखी काहीच नाही. श्वास नीट घेता येतोय ना? खूप मोकळ्या हवेत होतास का तू?''

''नाही. फक्त माझं हृदय... म्हणजे मला श्वास घेताना फार विचित्र वाटतंय...''

त्यांनी माझ्या हृदयाची अवस्था काय आहे, याचा अदमास घेतला. छातीवर हात ठेवून त्यांनी दोन बोटं हृदयाच्या जागी जरा दाबली. त्यांच्या चेहऱ्यावरचं हसू मावळलं.

''तू ड्रग्ज घेतोयस?''

'नाही.'

''तू कधी घेतले आहेस का?''

''हो, मी घेतले आहेत. पण या आठवड्यात नाही. पण दारू मात्र मी बरीच प्यायली आहे.''

''*वेल... वेल... वेल...!* तुला फार तर डायझेपामची आवश्यकता आहे. तेवढंच मी तुला देऊ शकतो.'' ज्या देशात डायझेपाम हे औषध पॅरासिटेमॉल किंवा आयबुप्रोफेन इतक्या सहज मिळू शकतं, तिथल्या डॉक्टरने हे तुम्हांला सांगावं, ही अगदी महत्त्वाची गोष्ट होती. ''ते घेतलंस की तुला बरं वाटेल,'' डॉक्टर ग्वाही देत होते.

गोळ्या त्यांचं काम चोख करताहेत अशी कल्पना करत मी तिथे निजलो होतो. क्षणभर भीती थोडी कमी होतीय आणि ती भावना आता अतिचिंतेपर्यंत खाली आलीय, असं वाटलं खरं, पण क्षणभरासाठीच जाणवलेल्या या भावनेने आणखीच तीव्र भीती मनात निर्माण केली. आवेगाने पूर यावा, असं मला जाणवत होतं. सगळ्या गोष्टी माझ्यापासून खेचून दूर दूर नेल्या जात आहेत, असं काही वाटत होतं. *जॉज* सिनेमा आठवतोय. त्यात किनाऱ्यावर बसलेल्या ब्रॉडीला शार्क दिसला असं वाटल्यावर कसं होतं, तसंच काहीसं मी अनुभवत होतो. मी खरं तर सोफ्यावर झोपलो होतो, पण आपण प्रचंड ताकदीने खेचले जातोय, असंच वाटत होतं. जणू, कोणती तरी अज्ञात गोष्ट मला वास्तवापासून दूर दूर नेत होती, असं जाणवत होतं.

घातक

पार इंग्लंड-अमेरिकेपासून जगभरात अनेक ठिकाणी **आत्महत्या** हे मृत्यूचं एक आघाडीचं कारण आहे. जगात १०० दुर्घटनांमध्ये एक जण आत्महत्येने आपलं आयुष्य संपवत असतो. जागतिक आरोग्य संघटनेकडून मिळालेल्या तपशिलांअनुसार पोटाचा कर्करोग, लिव्हर सिरोसिस, मोठ्या आतड्याचा कर्करोग, स्तनाचा कर्करोग आणि अल्झायमर्स या आजारांमुळे होणाऱ्या मृत्यूंपेक्षा आत्महत्येचं प्रमाण जास्त आहे. या आत्महत्या करणाऱ्यांपैकी बहुतांश लोक नैराश्यग्रस्त असतात. त्यामुळे नैराश्य हा पृथ्वीतलावरचा अत्यंत भयंकर आजार आहे. जगात युद्ध, दहशतवाद, घरगुती हिंसाचार, हत्या अशा हिंसक प्रकारांत सगळी मिळून जेवढी माणसं मारली जातात, त्यापेक्षा जास्ती माणसांचे बळी हा आजार घेतो.

यातली दुसरी गोष्ट अशी की नैराश्य हा इतका भीषण आजार आहे की, इतर कोणत्याही आजारांमुळे लोक स्वतःला संपवत नाहीत, तितकं नैराश्याने ते आपलं जीवन संपवून टाकतात. आणि तरीही नैराश्य हा *इतका भयंकर* आजार आहे, असं अजूनही लोकांना वाटत नाही. जर त्यांना तसं वाटलं असतं, तर लोक या बाबत ज्या गोष्टी बोलतात, त्या गोष्टी कधीही बोलल्या गेल्या नसत्या.

नैराश्यग्रस्त व्यक्तींना इतर लोक सुनावतात. पण इतर प्राणघातक आजारांत सांगितल्या जात नाहीत अशा गोष्टी...

''अरे, तुला क्षयरोग आहे, हे मला माहीत आहे. कदाचित हा आजार बळावूही शकतो. पण यामुळे कुणाचा मृत्यू होत नाही.''

''तुला पोटाचा कॅन्सर का झाला असेल, असं तुला वाटतं?''

''हो, मला माहितीय, आतड्याचा कर्करोग अतिशय वाईट असतो. अशा कर्करोगाच्या रुग्णासोबत राहण्याचा तू प्रयत्न करून बघणं... म्हणजे! बाप रे... दुःस्वप्नच!''

''ओह! अल्झायमर्स! मला सांग बरं त्याबद्दल... मी खूपदा हे नाव ऐकलंय.''

''मॅनेंजायटीस!! धीर धर. तू त्यावर नक्की मात करशील.''

''मान्य आहे, तुझ्या पायाला दुखापत झालीय. पण तू सतत त्याच्याबद्दल बोलून काय होणार? त्याने तो बरा होणार आहे का?''

''ठीक आहे... ठीक आहे. तुझं पॅराशूट कोसळलं. पण तुला फार लागलं नाही ना?''

नकारात्मक तोषक (Placebo)

औषधोपचाराचा फारसा फायदा मला झाला नाही. अर्थात याला काही प्रमाणात मीच जबाबदार होतो.

बॅड सायन्समध्ये बेन गोल्डेकर यांनी म्हटलं आहे की, तुम्ही तोषकाला (Placebo : एखाद्या रुग्णाला शारीरिक फायद्यांपेक्षा मानसिकदृष्ट्या बरं वाटावं म्हणून सांगण्यात आलेले औषध किंवा सूचवण्यात आलेली उपचारपद्धती) प्रतिसाद देता. तुमचं शरीर मनावर गारुड करत असतं, त्याला चकवत असतं. त्यामुळे तुमच्यावर तसा विश्वास ठेवता येत नाही. ही गोष्ट खरी आहे आणि ती दोन्ही प्रकारे घडू शकते. त्या दिवसांत नैराश्याने माझी एक क्षणही पाठ सोडली नव्हती, त्याच्या जोडीला प्रचंड भीती वाटत असे. त्या भयाण दिवसांत मला जवळपास प्रत्येकच गोष्टीची भीती वाटत असे. अनेकदा तर, माझ्या स्वतःच्या सावलीचंही भय वाटत असे. समजा, एखाद्या वस्तूकडे कधी नजर गेली – उदाहरणार्थ बूट, उशी किंवा अगदी आकाशातला ढग वगैरे! आणि त्यांच्याकडे टक लावून जरा वेळ पाह्यलं, तर मनात यायचं, यांच्यात काहीतरी दुष्ट किंवा विघातक शक्ती तर नाही! मी जर प्राचीन काळातल्या अंधश्रद्धांचा पगडा असणाऱ्या काळात असतो, तर या वस्तूंचं रूप मला 'सैतानी'च भासलं असतं. पण तरी, तेव्हा मला सगळ्यांत जास्त भीती कशाची वाटत असेल तर ती अमली पदार्थ किंवा खरं तर इतरही गोष्टींची! इतर गोष्टी म्हणजे माझी मनःस्थिती बदलून टाकणाऱ्या कोणत्याही गोष्टी! मग त्यात दारू, झोप न येणं, अकस्मात येणारी एखादी बातमी किंवा निरोप असं काहीही येत असे.

कधी अतिचिंतेचे झटके कमी झाले, की त्या वेळी मला अगदी मनसोक्त दारू प्यायला फार मजा वाटत असे. आपल्या अस्तित्वाची ती

तलम, मुलायम भावना इतकी सुखावणारी असायची की पाठोपाठ येणारा हँगओव्हरचा विसर पडायचा. अनेकदा माझ्या महत्त्वाच्या मीटिंग्ज संपल्या की मी दुपारभर एकटाच बारमध्ये पीत बसायचो. अनेकदा तर माझी शेवटची ट्रेनही चुकतीय की काय, अशी वेळ येत असे. पण १९९९मध्ये मात्र त्या भरकटलेल्या स्थितीतून मी त्यातल्या त्यात तरी बऱ्या अवस्थेत येईन की नाही, याची शाश्वती नव्हती.

पण काय विचित्र विरोधाभास होता बघा. जेव्हा मला माझं मन अधिक आनंदी-सुदृढ असावं, असं वाटत होतं, नेमक्या त्याच वेळी त्यासाठी मी काही आवर्जून करण्याची माझी मुळीच इच्छा नव्हती. मी पुन्हा व्यवस्थित व्हावं, यासाठी माझ्या मनात निरिच्छा नव्हती किंवा मी पूर्ववत होऊच नये, असं मला अजिबात वाटत नव्हतं. पण आता मी पूर्ववत होणं अशक्य आहे, हाच विचार माझा ताबा घेऊन बसला होता. यातून काही तरी भयानकच होत जाणार अशीच शक्यता वाटत होती अणि ते 'भयानक होणं' हादरवून टाकणारं होतं.

माझी चिंता शमवण्यासाठी जे तोषक दिलं जात होतं, त्याचा उलटा परिणाम - हा माझ्या या समस्येतला महत्त्वाचा भाग होता. मी डायझेपाम घेतलं की माझ्या मनातली भीती प्रचंड प्रमाणात वाढत असे. इतकी, की आपण घेतलेल्या औषधाचा काहीच परिणाम होत नसावा, अशी शंका मनात येई. प्रत्यक्षात त्याचा नीट परिणाम होत असे.

त्यानंतर काही दिवसांनी मी सेंट जॉन्स वॉर्ट (नैराश्यावर दिलं जाणारं औषध) घेऊ लागलो, तेव्हाही मला हाच अनुभव आला. अगदी साधं आयबुप्रोफेन घेतल्यावरही हेच जाणवत असे. म्हणूनच फक्त डायझेपामला दोष देण्यात काहीच अर्थ नाही. डायझेपाम हे काही फार तीव्र औषध नाही. तरीही ते घेतल्यावर मला जे जाणवत असे, तसंच इतरांनाही ते घेतल्यावर जाणवत असे. थोडक्यात, औषध हा माझ्या समस्येमधला अगदीच लहानसा मुद्दा होता.

छत्रीविना पाऊस अनुभवताना

औषधोपचार ही अगदी भन्नाट आणि आकर्षक वाटावी, अशी गोष्ट आहे. केवळ नैराश्यग्रस्त व्यक्तीला किंवा औषधकंपन्या चालवणाऱ्या लोकांनाच ही बाब आकर्षक वाटते, असं नाही. तर एकुणातच सर्व समाजाचं हे मत आहे. औषधं खाल्ली की सगळ्या गोष्टी बऱ्या होतात – या कल्पनेचा वर्षांनुवर्षं टीव्हीवर लक्षावधी जाहिरातींद्वारा आपल्यावर जो मारा केला आहे, त्याला ही बाब एक प्रकारे पुष्टीच देते. पण या समजुतीमुळेच 'गप्प बसा आणि औषधं घ्या' हा दृष्टिकोन बळावत जातो. इतकंच नाही, तर 'आपण' आणि 'ते' ही दरीदेखील रुंदावत जाते. मिशेल फुको यांच्या वाक्याचा आधार घेत सांगायचं, तर समाजात अनेकानेक गोष्टींचा कितीही त्रास होत असला, तरी त्या बाबत ब्र न काढता दुर्बळपणे गप्प बसण्याप्रमाणेच एकदा औषधं घेतली म्हणजे रोगाचा पुढे काही विचारही करायचा नाही, असा समज करून दिलेला असतो.

पण खरं सांगू, नैराश्य कमी करणाऱ्या (अँटी-डिप्रेसंट) आणि अतिचिंता दूर करणाऱ्या (अँटी-एंग्झायटी) औषधांच्या नावानेही माझा अजूनही थरकाप होतो. एक तर त्यांच्यामुळे मला फारसा काहीही फायदा झाला नाही, आणि नावं तरी काय एकेक? फ्लुओक्झेटीन, वेन्लाफॅक्सीन, प्रोप्रानोलोल, झोपिक्लोन... बाप रे! एखाद्या साय-फाय सिनेमातल्या खलनायकांचीच नावं वाटतात ही!

ज्या एकमेव औषधामुळे मला जरा बरं वाटलं, ते म्हणजे झोपेच्या गोळ्या! माझ्या जवळ या गोळ्यांचं एकच पाकीट होतं. कारण आम्ही त्या

स्पेनमधे विकत घेतल्या होत्या. या स्पेनमधले तमाम औषध-दुकानदार छान वाटतील असे पांढरे शुभ्र कोट घालतात आणि डॉक्टर असल्यासारखेच बोलतात. त्या गोळ्यांचं नाव बहुतेक डॉर्मिडीना असं होतं. त्या घेतल्यावर मला झोप आली नाही, मात्र एक गोष्ट झाली. त्या घेतल्यावरही मी जागाच असलो तरी मला भीती जाणवली नाही. अन्यथा माझ्या मनात प्रचंड भीती भरून राहिलेली असायची. या गोळ्यांनी ती भीती दूर केली. अर्थात, या गोळ्यांची सवय... नव्हे व्यसन जडू शकतं, हे मला पूर्णतः माहीत होतं. म्हणूनच त्या घेतल्या नाहीत, तर काय - या भीतीची जागा त्या सतत घेतल्या तर काय - हा विचार घेऊ शकतो, हे ठाऊक होतं.

मात्र या झोपेच्या गोळ्यांमुळे मी घरी जाऊ शकेन इतपत ठीक झालो होतो. स्पेनमधला आमचा शेवटचा दिवस मला आठवतोय. मी टेबलवर काहीही न बोलता बसलो होतो आणि अँड्रिया अँडी आणि डॉनला आम्ही घरी परत चाललो आहोत, हे सांगत होती. अँडी आणि डॉन या दोघांसाठी आम्ही काही काम करत होतो आणि एका अर्थी त्यांच्या सोबत राहत होतो. कारण ज्या घरात आम्ही राहत होतो, ते या दोघांचं होतं. अर्थात, ते फारच क्वचित तिथे येत.

हे दोघे फार चांगले होते. अँड्रिया आणि माझ्यापेक्षा ते वयाने जरा मोठे होते, पण त्यांच्या सोबत मजा यायची. हे दोघे मॅन्युमिशनमध्ये इबिझात सर्वांत मोठी पार्टी (क्लबसदृश) आयोजित करत. दोघांनी काही वर्षांपूर्वी मँचेस्टरमधल्या एका 'गे' व्हिलेजमध्ये एका छोट्याशा पार्टीची सुरुवात केली होती. बघता बघता आता तिने एखाद्या स्टुडिओ ५४सारखं मोठं रूप धारण केलं होतं. आणि १९९९पर्यंत तर तिथल्या क्लब संस्कृतीचा तो केंद्रबिंदू बनला होता. केट मॉस, जेड जॅगर, आयर्विन वेल्श, जीन पॉल गॉल्तिये, द हॅपी मंडेजसारखा रॉक बँड, फॅटबॉय स्लिम आणि हजारो युरोपिअन क्लबर्स इथे अगदी आतुरतेने हजेरी लावत. एके काळी मलाही इथे धमाल येत असे. जणू स्वर्गात असल्यासारखं वाटे, पण आता ते संगीत, तिथे येणारे लोक (पार्टी पीपल) हे सगळं जणू दुःस्वप्न वाटत असे.

अँड्रियाने तिथून जाऊ नये, असं अँडी आणि डॉन - दोघांनाही वाटत होतं.

''तू का थांबत नाहीयेस? मॅटला बरं वाटेल, तो ठीक दिसतोय की!'' ते म्हणाले.

पण अँड्रियाने त्यांना सांगितलं, ''तो ठीक नाहीये. तो आजारी आहे.''

इबिझामधली परिस्थिती बघता मी काही ड्रग्जचा व्यसनाधीन नव्हतो. मी अल्कोहोल घ्यायचो. ब्युकोवस्की या लेखकाचा कट्टर चाहता असणारा मी अगदी तळमळीने शिकणारा विद्यार्थी होतो. माझ्या विद्यार्थिदशेत सिनेमाची तिकिटं विकत असताना एअरपोर्टवर मिळतात, तशा कादंबऱ्या वाचण्याचा मला छंद जडला होता. त्या काळात माझी कार्ल नावाच्या एका जादूगाराशी मस्त मैत्री झाली होती. तेव्हा कार्ल मला जॉन ग्रिशमच्या कादंबऱ्या देत असे आणि त्या बदल्यात मी त्याला मागरिट ॲटवूड आणि नित्शेची पुस्तकं देत असे. या कादंबऱ्या वाचणं आणि मग दारू पिणं, ही नित्याची गोष्ट होती. तरी एक सांगू? कॉफीखेरीज दुसरं कोणतंही पेय माझ्या आयुष्यात मी प्यायला नको होतं, असं मला मनोमन वाटतं. गेल्या महिन्यात विना सोलच्या इतक्या बाटल्या किंवा लिंबू घातलेल्या वोडकाचे ग्लासेसच्या ग्लासेस मी रिचवायला नको होते, असं मला तीव्रतेने वाटतं. सकाळचा नाश्ता जरा व्यवस्थितपणे करायला हवा होता, थोडी अधिक झोप घ्यायला हवी होती.

''अगं, पण तो मुळीच आजारी वाटत नाहीये.'' डॉन बोलत होती. तिच्या चेहऱ्यावर एक छानशी चमक दिसत होती. बहुधा तिची आदली रात्र चांगली गेली असावी. तिच्या चेहऱ्यावरची ती चमक बघून मला त्रास होत होता.

मला बरं नाही, ही गोष्ट अधिक ठाशीवपणे दिसावी, म्हणून मी अगदी थकलेल्या आवाजात म्हटलं, ''आय ॲम सॉरी!''

माझ्या मनातल्या अपराधी भावनेने मला एक चांगलाच ठोसा दिला होता.

आणखी एक झोपेची गोळी आणि दुपारची डायझेपाम मी घेतली. मग आम्ही विमानतळावर गेलो. पार्टी संपली होती.

डायझेपाम किंवा झोपेची गोळी घेऊनदेखील, मला 'बरं वाटतंय' असं किंचितदेखील वाटलं नाही. माझं आजारपण पूर्वीसारखंच होतं. या

औषधाच्या गोळ्यांनी फार तर काय केलं असेल, तर मला वाटतं, त्यांनी मला माझ्या परिस्थितीपासून जरा लांब नेलं. म्हणजे काय, तर, झोपेची गोळी घेतली की माझ्या मेंदूतल्या घडामोडी जराशा संथावत असत, इतकंच. पण त्यात काहीही बदल होत नसे, हे मला पुरतं ठाऊक होतं. जसं, अनेक वर्षांनंतर मी पुन्हा दारू प्यायला सुरुवात केली, तेव्हा माझ्या मनातल्या चिंतेची तीव्रता अगदी कमी असेल, तर त्या अल्कोहोलमुळे मला बरं वाटत असे. पण ते काही क्षणांपुरतंच! माझा दारूचा तो अंमल उतरला की पुन्हा ती चिंता मन व्यापून उरणार आहे, हे मला पक्कं ठाऊक असे.

मी बाहेर येण्यास आणि सगळ्या गोळ्यांच्या विरुद्ध असण्यास अनिच्छुक आहे कारण काही लोकांच्या बाबतीत काही गोळ्या उपाय करतात, हे मला माहितीय. काहींच्या बाबतीत या गोळ्या वेदनांची जाणीवच बधिर करून टाकतात. यातून चांगलं घडू शकतं. अनेकदा त्यांना बरं वाटण्याचा प्रवास सुरू होतो. इतर काही लोकांच्या बाबतीत या गोळ्या थोडाफार दीर्घकालिक उपाय करू शकतात. अनेकांना या गोळ्या घेण्यावाचून पर्याय उरत नाही. माझ्या बाबतीत सांगायचं झालं, तर डायझेपाम घेतल्यानंतर मला काही काळ काहीच कळत नसे. सुसंगतता नसे. त्या वेळी मी इतका घाबरून गेलो होतो, की त्यानंतर माझ्या नैराश्यासाठी मी कोणतीही औषधं कधीही थेट घेतली नाहीत. (अतिचिंता आणि भीतीसाठी मी घेत असे.)

पण मला विचाराल, तर कोणत्याही औषधाशिवाय राहण्याची मी स्वतःला सवय करून घेतली, या गोष्टीचा मला आनंदच आहे. कारण कोणत्याही उपायाने वेदना मारून न टाकता, जेव्हा ती आहे तशी तुम्ही अनुभवता, त्या वेळी वेदनेचं खरं स्वरूप तुम्हांला जाणून घेता येतं. माझ्या मनाच्या स्थितीचा लोलक जेव्हा खाली-वर होत असे, तेव्हा मी सजगपणे त्याचा सामना करू शकत असे. मात्र, एक गोष्ट मान्य करायला हवी. जर माझ्या मनातल्या औषधांच्या गोळ्यांच्या या भीतीचा मी जरा धैर्याने यशस्वीपणे सामना करू शकलो असतो, तर त्याचा फार मोठा फायदा झाला असता. माझी वेदना कमी झाली असती. ती इतकी भीषण आणि सतत जाणवणारी वेदना होती, की त्याबद्दल आता आठवलं तरी माझा श्वास कोंडतो. हृदय धडधडायचं थांबेल की काय, अशी भीती वाटते. त्या वेळी जेव्हा भीतीचा झटका येत असे, तेव्हा वाटायचं, मी एका गाडीत पॅसेंजर सीटवर बसलो आहे. भीतीमुळे मला काही सुचत नाहीये. मला माझ्या जागेवर

उठून उभं राहायला लागत आहे. डोकं गाडीच्या छताला लागत आहे. माझं शरीर आपोआप उभं राहण्यासाठी धडपडत आहे. त्वचा लोंबतीय... हे दृश्य ज्या वेगाने डोळ्यांसमोरून हलत आहे, त्यापेक्षा कित्येक पट वेगाने मन धावतंय. मग असं वाटायचं की हे असलं काहीतरी अनुभवण्यापेक्षा एखाद्या गोळीने हा अनुभव टाळणं शक्य झालं असतं तर ती गोळी घेतली असती. माझी अशा वेळी जी मानसिक अगतिकता असे, ज्या यातना मला होत असत, त्या कमी करण्यासाठी मी काही उपाय करू शकलो असतो, तर या व्याधीतून बरं होण्यासाठी मला जरा सोपं गेलं असतं. तरीही, यावर काहीही उपाय न केल्याने मी तयार होत गेलो. त्याच्याशी जुळवून घेऊ शकलो. मला नेमकं कशाने (व्यायाम, सूर्यप्रकाश, झोप, मनापासून मारलेल्या गप्पा वगैरे) बरं वाटत आहे, हे माझं मलाच त्यामुळे उमगत गेलं. यातून एक प्रकारचा सजगपणा आला. हा सजगपणा माझा मी कमावलेला होता. कदाचित गोळ्या घेणाऱ्या लोकांना हा सजगपणा अनुभवता येत नसेल. पण मी मात्र यामुळेच शून्यातून पुन्हा उभा राहू शकलो. औषधं घेतल्याने अनेकदा आपण मंदावतो किंवा वेदनेपासून त्रयस्थ बनून जातो. असं माझ्याही बाबतीत झालं असतं, तर कदाचित सगळं आणखीच अवघड बनून गेलं असतं.

प्रो. जोनाथन रॉटनबर्ग हे फार मोठे मानसशास्त्रज्ञ! त्यांनी २०१४ साली लिहिलेल्या द *डेप्थ्स* यामध्ये म्हटलं आहे,

> ''नैराश्य ही गोष्ट आपण अधिक चांगल्या प्रकारे कशी पचवू शकतो? त्यासाठी एखादी जादू करणारी औषधाची गोळी असेल, अशी कल्पनाही करू नका. खूप दिवसांच्या आणि तीव्र वेदनेवर उपचार करताना लक्षात आलेली गोष्ट म्हणजे आपल्या शरीरामध्ये आणि मनामध्ये जे अनेक प्रकारचे प्रतिसाद घट्ट मुरलेले असतात त्यांच्याकडे दुर्लक्ष करणं, हे फार अवघड होतं. उलट आपण आपल्या अनेक लहरींच्या (मूड्स) लयीकडे नीट लक्ष देणं आवश्यक असतं. त्यात कशामुळे चढउतार होत आहेत, अनेकदा फार उदास वाटत असेल, तर त्याचं मूळ कुठे दडलं आहे हे बघणं फार गरजेचं आहे. अशा वेळी आपली दैनंदिनी तपासून बघावी, काम खूप होत

आहे का, त्या मानाने झोप कमी मिळत आहे का - अशा गोष्टीही विचारात घ्याव्या लागतात. एकूण मूड्स म्हणजेच मनाच्या लहरींच्या चढउताराबाबत आपल्या जाणिवा, आपलं ज्ञान वाढवायला हवं. त्याच्या जोडीला उदास वाटत असेल, मूड फारसा चांगला नसेल, तर त्यावर मात करण्यासाठीचे उपाय किंवा साधनंही माहीत हवीत. आणि या लहरींच्या चढउताराने खूप अक्राळविक्राळ स्वरूप धारण करण्यापूर्वीच आपण उपाय करायला हवेत. या उपायांत किंवा साधनांत कशाकशाचा समावेश होतो, तर आपण कशा प्रकारे विचार करतो त्यात बदल करायला हवा, आपल्या भोवती घडणाऱ्या घटनांकडे वेगळ्या प्रकारे बघता यायला हवं आणि व्यायाम, औषधोपचार यांच्या मदतीने स्वतःच्या शरीरातही बदल घडवून आणायला हवा.''

जीवन

माझ्या आयुष्यातली पहिली डायझेपाम मी घेतली त्याच्या **सात महिने आधीची गोष्ट!** लंडनच्या मध्यभागातल्या एका रिक्रुटमेंट कंपनीच्या कार्यालयात मी बसलो होतो.

नोकरी देणाऱ्या त्या कार्यालयातल्या एका महिला कर्मचाऱ्यांनी मला विचारलं, ''मग आयुष्यात काय करायचं आहे तुला?'' या बाईंचा चेहरा लांबट आणि कमालीचा गंभीर होता. ईस्टर आयलंडवरच्या एखाद्या शिल्पासारखा!

''नाही माहीत मला!'' मी तिला उत्तर दिलं.

''विक्रीक्षेत्रात तू काही करू शकशील, असं तुला वाटतं का?''

''हो... कदाचित करू शकेन.'' मी धादांत खोटं सांगितलं होतं. माझ्यावर दारूचा हलकासा अंमल होता. (आम्ही तेव्हा एका पबशेजारी राहायचो. बीअरचे तीन पॉइंट्स आणि एखाद-दुसरा ब्लॅक रशियन घेणं ही माझी रोज रात्रीची सवय होती.) तर... आयुष्यात नेमकं काय करायचं आहे, याबद्दल मला काहीही कल्पना नव्हती, तसा कोणताही विचार मी केला नव्हता. पण मला विक्रीक्षेत्रात काम करायचं नाहीये, हे मला पूर्णतः ठाऊक होतं.

''तुझ्या माहितीवरून काहीही स्पष्ट होत नाहीये. सगळं धूसरच दिसतंय. पण हरकत नाही. हा एप्रिल महिना आहे. 'ग्रॅज्युएट सीझन' नाही. त्यामुळे आपण तुझ्यासाठी काही चांगली संधी शोधून काढू.''

तिचं म्हणणं खरं ठरलं. सपशेल अयशस्वी मुलाखतींच्या एका लांबलचक मालिकेनंतर एका वृत्तपत्रात जाहिराती आणण्याची नोकरी मला

मिळाली. क्रॉयडॉनमधलं हे *प्रेस गॅझेट* नावाचं वृत्तपत्र होतं. इयान नावाच्या एका ऑस्ट्रेलियन माणसाच्या हाताखाली माझी नेमणूक झाली. इयानने मला विक्रीच्या संदर्भातल्या मूलभूत गोष्टी समजावून सांगण्याचा प्रयत्न केला.

''AIDAबद्दल तुला काही माहिती आहे का?''

''AIDA? ऑपेरा आहे का हा?''

''काय? छे:, छे:! AIDA म्हणजे Attention, Interest, Desire, Action - लक्ष, रस, इच्छा आणि कृती! तुम्ही त्यांचं (लोकांचं) लक्ष वेधून घ्या, मग त्यांना त्यात रस वाटेल, असं काही करा आणि काही करण्याची इच्छा त्यांच्या मनात निर्माण करा. मग त्यांना कृती करण्यासाठी प्रेरित करा.''

''अच्छा!''

मग अचानकच ध्यानीमनी नसताना तो एकदम मला म्हणाला, ''I've got an enormous penis.''

''काय?'' मी दचकून विचारलं.

''बघ, तुझं लक्ष वेधून घेतलं की नाही मी?''

''मी आता या विषयावर बोलू की काय?''

''नाही रे, फक्त उदाहरण दिलं तुला!''

खिडकीतून बाहेर दिसणाऱ्या काळ्याकरड्या आकाशाकडे बघत मी म्हणालो, ''हं! समजलं.''

इयानबरोबर माझं फार जमलं नाही. दुपारी जेवायच्या वेळी त्याने मला 'सगळ्या मुलांच्या' गटात बोलावलं. बीअर प्यायला आणि पूल खेळायलाही बोलावलं. पण तिथे फक्त गलिच्छ विनोद, फुटबॉल आणि त्यांच्या मैत्रिणींबद्दल कुचाळक्या एवढ्याच गोष्टी चालत. मला या सगळ्याचा अत्यंत तिटकारा होता. अर्थात, वयाच्या तेराव्या वर्षापासूनच या फार काही वेगळ्या गोष्टी आहेत, असं मला कधी वाटलं नव्हतं. आता आयुष्यात काही गोष्टी मार्गी लावायच्या, असा मी आणि अँड्रियाने विचार केला होता. जेणेकरून आम्हा दोघांना त्या उन्हाळ्यात इबिझाला जायला लागू नये, असं आम्ही ठरवत होतो. पण एके दिवशी दुपारच्या जेवणाच्या वेळी मला मनातून इतकं भकास वाटलं की एखाद्या ढगाने जणू माझा

आत्मा पुरता झाकोळून टाकलाय अशी काहीतरी भावना होती ती! त्यानंतर जेमतेम तासभरसुद्धा माझ्याच्याने फोन केले गेले नाहीत. तसंही लोकांना हे जाहिरातींसाठी फोन येऊच नयेत, असंच वाटत असे. शेवटी मी ती नोकरी सोडून दिली. सरळ निघून गेलो. मी अपयशी ठरलो होतो. अर्ध्यात काम सोडून पळून जाणारा होतो मी! कोणतंही स्वप्न क्षितिजावर माझी वाट बघत नव्हतं. माझी घसरण सुरू झाली होती. समोर एक आजार मला गिळायला तयार बसला होता, मी त्याला शरण जायला निघालो होतो आणि प्रत्यक्षात मला त्याची कणभरही कल्पना नव्हती. जाणीव नव्हती किंवा मला त्याची पर्वा नव्हती. माझ्या मनात सगळ्यातून सुटका कशी करून घेता येईल, एवढेच विचार होते, बस्स...!

अमर्याद

मानवी शरीर जेवढं दिसतं, त्यापेक्षा फार मोठं आहे. मानवी शरीर म्हणजे जणू एखादं विश्व आहे, हे विज्ञान आणि तंत्रज्ञान यांत लागलेल्या अनेक प्रगत शोधांनी आता सिद्ध केलं आहे. आपण सगळे जण जवळपास १०० ट्रिलियन पेशींनी बनलेलो असतो. यापैकी प्रत्येक पेशीमध्ये जवळपास तेवढ्याच संख्येने अणू असतात. हे मोठ्या प्रमाणावरचे स्वतंत्र घटक असतात. आपल्या मेंदूतच शंभरेक ट्रिलियन पेशी असतात.

आणि तरीही बहुतेक वेळेला आपल्या शरीराच्या अमर्याद स्वरूपाची आपल्याला अजिबात जाणीव नसते. आपण आपल्या शरीराच्या ठसठशीतपणे दिसणाऱ्या भागांवरून शरीराची कल्पना करत असतो. उदाहरणार्थ; हातपाय, पावलं, दंड, धड, डोकं, मांस, हाडं इत्यादी.

अगदी असंच आपल्या मनाबाबतही घडतं. आजूबाजूच्या गदारोळाशी जुळवून घेण्याच्या हेतूने ते स्वतःचं रूप अधिकाधिक सोपं करत जातं. एका वेळी ते एका गोष्टीवरच लक्ष केंद्रित करतं. पण नैराश्य हे मात्र विचार आणि भावना यांच्या क्वान्टम फिजिक्ससारखं असतं. सहसा लपलेल्या गोष्टी ते उघड करतं. तुम्हांला आणि तुम्हांला ज्या काही गोष्टी ठाऊक आहेत, त्या सगळ्या ते पार उद्ध्वस्त करून टाकतं. आणि मग कार्ल सेगन या अमेरिकी अंतराळवीराच्या शब्दांचा आधार घेत सांगायचं झालं, तर केवळ 'लखलखत्या ताऱ्यांनी भरलेल्या' (star-stuff) या विश्वासारखं आपलं शरीर नसतं, तर विश्वाच्या पसाऱ्यासारखं भव्य आणि खूप गुंतागुंतीच्या गोष्टींनीही ते भरलेलं असतं. उत्क्रांतिवादी मानसशास्त्रज्ञांचं म्हणणं योग्य असावं. आपण मानवांनी उत्क्रांत होत इथवर प्रगती केली आहे. सर्व जीव-जातींत आपण एकमेव बुद्धिमान प्रजाती आहोत, जिला या विश्वाच्या पसाऱ्याची यथार्थ जाणीव आहे.

एक आशा... जी प्रत्यक्षात उतरली नाही...

विमानतळावर **माझे आईबाबा** आले होते. त्यांच्या चेहऱ्यावर एकाच वेळी थकवा, आनंद आणि काळजी अशा तीनही भावना दिसत होत्या. मी त्यांना मिठी मारली. आम्ही गाडीतून घरी निघालो.

मला पुष्कळ बरं वाटत होतं. खूपच ठीक होतो मी! माझ्या मनात गोंधळ घालणाऱ्या सगळ्या सैतानांना मी तिकडे भूमध्य समुद्रात बुडवून आलो होतो आणि आता मला फार बरं वाटत होतं. अजूनही झोपेच्या गोळ्या आणि डायझेपाम मी घेत होतो, पण मला त्यांची गरज नव्हती. मला गरज होती, ती घरी जाण्याची! माझ्या घराची! आईबाबा हवे होते मला. मी आता ठीक होतो. किंचित ताण होता अजून. तरी एकूण विचार करता मी पुष्कळच बरा होतो. *पूर्वीपेक्षा चांगला होतो.*

आईचा सारखा एकच धोशा सुरू होता. ''किती काळजी वाटत होती आम्हांला!'' या अर्थाची अनेक वाक्यं ती पुनःपुन्हा बोलत होती.

आईने तिच्या जागेवरून माझ्याकडे मागे वळून बघितलं आणि ती हसली. पण ते हसणं कसनुसं होतं. तिचे डोळे पाण्याने भरून आले होते. आईपणाचा भार, ज्याच्या आयुष्यात सगळं चुकतच चाललंय असा मुलगा असण्याचा भार, प्रेमाचं ओझं, घोर निराशा केल्याचं ओझं, प्रत्यक्षात यायला हवी होती, पण येऊ शकली नाही, अशी आशा बनण्याचं ओझं...!!

पण...

मी बरा होतो. माझी जरा चिडचिड होत होती. पण ते पटण्याजोगं होतं. मी बरा होतो. अजून काही आशा होती. मी चांगला ९७ वर्षांपर्यंत

जगेन, अशी शक्यता होती. मी एखादा वकील किंवा मेंदू शल्यविशारद किंवा एखादा गिर्यारोहक, नाटकांचा दिग्दर्शक होऊ शकलो असतो. आधीचे दिवस होते ते.

खिडकीतून बाहेर पाहिलं, की अंधारून आलेली रात्र दिसत होती. नेवार्क २४! याच नेवार्कमध्ये मी लहानाचा मोठा झालो होतो आणि आज पुन्हा तिथेच परत आलो होतो. साधारण ४०,००० लोकवस्तीचं हे बाजारपेठेचं शहर! या शहरातून बाहेर जाण्याचीच माझी नेहमी इच्छा होती, पण आता मी तिथेच परतलो होतो. मी बरा होतो. माझं लहानपण डोळ्यांपुढे आणलं. शाळेतले आनंदाचे आणि दुःखाचे दिवस आठवले. आत्मसन्मानासाठी केलेला संघर्ष आठवला. २४! मी २४ वर्षांचा होतो त्या वेळी! रस्त्यावरची ती खूण म्हणजे जणू नियतीचं ब्रह्मवाक्य वाटत असे – नेवार्क २४! या सगळ्यात हरवलं काय होतं, तर ते माझं नाव!

आम्ही स्वयंपाकघरात टेबलवर बसून जेवण केलं. मला आठवतं, मी जास्त बोलत नव्हतो. फक्त मी बरा आहे, हे दाखवून देण्यासाठी, जेवढं बोलायला लागेल, तेवढंच बोलत होतो. *मला चमत्कारिक आणि निराशही वाटत नव्हतं. मी ठीक होतो.*

मला वाटतं, फिश पाय केलं होतं आणि बहुतेक त्यांनी ते आवर्जून केलं होतं. मला चांगलं वाटावं असा पदार्थ! मी तिथे टेबलवर बसूनच ते खात होतो. साडेदहा वाजले होते. खालच्या मजल्यावरच्या बाथरूममध्ये गेलो आणि तिथली दोरी ओढून मी दिवा लावला. खालच्या मजल्यावरची ही बाथरूमच्या अंधारात गुलबट झाक होती. लघुशंकेनंतर मी फ्लश केला आणि अचानक मनात काहीतरी बदल होतोय, असं मला वाटू लागलं. ढग भरून येत आहेत, असं वाटत होतं. मनाचा दिवा हलू लागलाय, असं वाटत होतं.

मी बरा होतो, मी ठीक होतो. पण तरी मनात शंका होतीच. एखाद्या ग्लासमधल्या स्वच्छ आणि नितळ पाण्यात शाईचा एखादा थेंब पडावा आणि सारं पाणी गढूळ होऊन जावं, तसं काहीसं वाटत होतं. आणि ज्या क्षणी मला आपण पूर्णतः बरे नाही, या गोष्टीची जाणीव झाली, त्याच वेळी आपण अजूनही खरोखरच आजारी आहोत, हा साक्षात्कार मला झाला.

वादळ

शंका–कुशंका या छोट्या घासांप्रमाणे असतात. त्या एकापाठोपाठ एक येतच राहतात आणि मग एका क्षणी त्यांचं मोहोळ उठतं. समोरच्या आरशात मी मलाच निरखत होतो. माझ्या चेहऱ्याकडे मी इतका वेळ टक लावून पाहिलं की एका क्षणी तो माझा चेहरा उरलाच नाही. मी वळून पुन्हा टेबलावर जाऊन बसलो. पण मला नेमकं काय वाटतंय, हे मी कुणालाच सांगितलं नाही. कारण मला कसं वाटतंय हे जर मी कुणालाही सांगितलं असतं, ते कदाचित त्याचं माझ्या प्रत्यक्ष वाटण्यापेक्षा अवडंबर झालं असतं. नॉर्मल वागलं तर आपण नॉर्मलच आहोत, असं अधिक प्रकर्षाने वाटतं. म्हणून मी नॉर्मल वागत होतो.

''बाप रे, किती वाजले पाहिलं का?'' आईने अगदी नाट्यमय पद्धतीने बोलत तिला किती घाई आहे, हे दाखवून देण्याचा प्रयत्न केला. ''शाळेला जाण्यासाठी मला उद्या सकाळी लवकर उठायला हवं.'' (आई शिशुशाळेत मुख्याध्यापिका होती.)

मी तिला सांगितलं, ''तू जाऊन झोप.''

अँड्रियादेखील तिला म्हणाली, ''हो, मेरी, तू खरंच वरच्या मजल्यावर जा. इथली अंथरुणं वगैरे आम्ही बघतो. आवरतो सगळं.''

बाबांनी सांगितलं, ''त्याच्या खोलीत एक बिछाना आणि एक गादी आहे. तुम्हांला आज रात्रीसाठी हवा तर आमचा बिछाना घ्या.''

''नाही. ठीक आहे. हे पुरेसं आहे.'' मी म्हणालो.

बाबांनी प्रेमाने माझे खांदे दाबत म्हटलं, ''तू इथे आलास ते फार बरं झालं.''

"हो, खरंच. इथे आलो ते बरंय."

मला अजिबात रडायचं नव्हतं. कारण – १. मला त्यांना रडताना बघायचं नव्हतं. २. समजा मी रडलो असतो, तर मला फार भयानक वाटू लागलं असतं. मी तसाच झोपायला गेलो.

सकाळी उठलो... त्या दोन्ही गोष्टी उभ्या ठाकल्या होत्या. नैराश्य आणि अतिचिंता– दोन्ही! नैराश्याचं वर्णन करताना लोक ते मणामणाचं ओझं आहे, अशी त्याला उपमा देतात. खरंच ते तसं असेलही! ते अगदी खरं वजन असू शकेल किंवा काल्पनिक वा भावनिक ओझंदेखील असू शकेल. पण मला जे काही होत होतं किंवा जो अनुभव मला येत होता, त्याला केवळ वजन म्हणणं माझ्या दृष्टीने योग्य नव्हतं. मी खाली जमिनीवर गादी घालून झोपलो होतो. अँड्रियाला मी वर पलंगावर झोपायला सांगितलं होतं. आणि हे काही मी मर्दानगी दाखवायला केलं नव्हतं. तर मी नॉर्मल असतो, तरी मी हेच केलं असतं. एखाद्या वादळाच्या तडाख्यात सापडल्यासारखं मला वाटत होतं. पुढचे काही महिने मी नेहमीपेक्षा जरा संथावलो आहे, जरा आळसटलो आहे, असं इतरांना वाटण्याची शक्यता होती. मात्र प्रत्यक्षात माझ्या मनात जे काही सुरू होतं, ते सातत्याने आणि अगदी दडपण यावं इतक्या *वेगाने* घडत होतं.

मला जाणवणारी काही लक्षणं

मला ज्या ज्या गोष्टी जाणवल्या **त्यांपैकी याही काही होत्या :**

माझ्या प्रतिबिंबात चेहरा मात्र दुसऱ्याच कुणाचातरी असे.

माझ्या दंडात, हातात, छातीत, घशात आणि डोक्याच्या मागच्या बाजूला एक प्रकारे मुंग्या आल्याप्रमाणे दुखत असे.

भविष्याबद्दल कोणताही विचार करण्यास मी असमर्थ होतो. (तसंही माझं भविष्य होतंच कुठे?)

आपल्याला वेड लागेल आणि मग आपल्या मनाविरुद्ध आपल्याला हॉस्पिटलमध्ये टाकतील आणि मनोरुग्णांना जिथे ठेवतात तशा खास विभागात मला ठेवतील, स्ट्रेटजॅकेट (मनोरुग्ण व्यक्तींनी हिंसक होऊ नये यासाठी त्यांना जवळपास बांधून ठेवता येईल, असे कपडे) घालून ठेवतील अशी भीती सतत मन पोखरत राहायची.

- स्वतःला काहीतरी होईल अशा भीतीतून येणारी विषण्णता. (Hypochondria)
- वेगळं किंवा लांब जाण्याची चिंता. (Seperation anxiety)
- चिडचिड. (Agoraphobia)
- सतत जाणवणारी प्रचंड भीती.
- मानसिक थकवा.
- शारीरिक थकवा.
- मी कुचकामी आहे अशी सतत मनात येणारी भावना.
- छातीवर भार जाणवणं आणि अधूनमधून छातीत दुखणं.

- एका जागी स्थिर उभा असतानाही आपण पडू अशी भीती वाटणं.
- अवयव दुखणं.
- अधूनमधून बोलताना त्रास होणं.
- हरवलेपण.
- शरीर गार पडणं.
- प्रचंड उदासी किंवा दुःख.
- लैंगिक कल्पना मोठ्या प्रमाणावर वाढणे. (या कल्पनांमुळे मृत्यूची भीती आपोआप कमी होत असे.)
- वास्तवापासून तुटण्याची भावना.
- इतर कुणासारखंतरी व्हावंसं वाटणं.
- भूक मंदावणं. (सहा महिन्यांत माझं बरंच वजन कमी झालं.)
- आतून थरथर जाणवणं. (मी याला आत्म्याचा थरकाप असं म्हणत असे.)
- कोणत्याही क्षणी माझ्या भीतीचा स्फोट होईल, असं वाटणं.
- श्वासोच्छ्वास नीट न होणं.
- निद्रानाश.
- अ) मी मरणार आहे, ब) मला वेड लागणार आहे - या दोन गोष्टींची काही लक्षणं दिसत आहेत का, हे सतत तपासून पाहण्याची गरज.
- तशी लक्षणं शोधून काढणं आणि त्यांच्यावर विश्वास ठेवणं.
- भराभर चालण्याची इच्छा.
- देजा वूची विचित्र जाणीव आणि प्रत्यक्षात कधीही न घडलेल्या गोष्टींच्या आठवणी येणं.
- माझ्या दृष्टीच्या टप्प्यात जेवढं बघता येईल, तेव्हढ्या टप्प्यात फक्त अंधार दिसणं.
- डोळे बंद केल्यावर कधी कधी भयानक दुःस्वप्नं दिसत, त्या सगळ्या प्रतिमा घालवून टाकण्याची तीव्र इच्छा.

- स्वतःमधून एकदातरी बाहेर येण्याची इच्छा... एक आठवडा, एक दिवस, एक तास... छे:! निदान एका क्षणापुरतं तरी बाहेर यावं, असं वाटणं!

हे असे अनुभव जेव्हा जेव्हा मला येत, त्या त्या वेळी या विश्वाच्या इतिहासात मला एकट्यालाच असं काहीतरी होतंय, असं मला वाटत असे. (तेव्हा विकिपीडिया वगैरे काही नव्हतं.) पण प्रत्यक्षात माझ्या सोबत लक्षावधी लोकांना हे अनुभव येत होते. माझं मन हे एक प्रचंड मोठं आणि अंधारं मशीन आहे, अशी मी उगीचच कल्पना करत असे. एखाद्या वैज्ञानिक कादंबरीत वाफेवरची मशिन्स असतात, तसंच. अनेक पाइप्स असणारं, ते सुरू करण्यासाठी पेडल आणि लिव्हर्स असणारं आणि ठिणग्या, वाफ बाहेर टाकणारं आणि मोठा आवाज करणारं मशीन असावं तसं!

नैराश्याला अतिचिंतेची जोड मिळणं म्हणजे जणू दारूमध्ये कोकेन मिसळणं! ही जोड मिळाली की असले विचित्र अनुभव दुप्पट वेगाने यायला लागतात. तुम्ही फक्त नैराश्यग्रस्त असलात, तर तुमचं मन खोल खोल गर्तेत बुडून जातं आणि त्याचं काम थांबतं, असं वाटतं. पण जेव्हा त्याला अतिचिंताही ग्रासते, त्या वेळी मन खोल गर्तेतच बुडून जातं, मात्र आता त्या गर्तेत मोठाले भोवरे असतात. त्या चिखलाच्या गढूळ पाण्यात राक्षस असतात आणि ते भल्या थोरल्या सुसरींसारखे आणि मगरींसारखे प्रचंड वेगाने फिरत असतात. तुमच्यावर त्यांची सतत नजर असते. प्रत्येक क्षणी तुम्ही घसरून पडण्याची शक्यता असते. यापासून दूर राहण्याचा तुम्ही जिवाच्या आकांताने प्रयत्न करत असता. काठावरचे अनेक लोक मोकळ्या हवेत निवांत आणि अगदी सहजपणे श्वास घेत असतात, तुम्हीही त्यांच्यासारखा श्वास घेण्याचा जिवापाड प्रयत्न करत असता.

पण एकही क्षण तुमच्या जवळ नसतो. त्या अनाम भीतीविरहित एक क्षणही तुम्हांला उसंत मिळत नाही. आणि लोकहो, ही अजिबात अतिशयोक्ती नाही. किमान एक क्षण तरी मिळावा... जेव्हा मनात अजिबात भीती नसेल, अशी तुमची कळकळीची इच्छा असते आणि त्या क्षणाचं भाग्य तुमच्या नशिबी नसतं. तो क्षण कधीही येत नाही. या आजाराचं कसं असतं सांगू का, हा शरीराच्या कोणत्यातरी एकाच भागाचा किंवा अवयवाचा आजार नाही. त्यामुळे ही वेदना *त्रयस्थपणे* तुम्हांला सांगताच

येत नाही. उदाहरणार्थ, समजा तुमची पाठ दुखत असेल, तर ''माझी पाठ फार दुखतीय,'' असं तुम्ही म्हणू शकता. त्यामुळे ती वेदना आणि तुम्ही स्वतः या दोन वेगळ्या गोष्टी बनतात. त्या दोन्हींत अंतर असतं. ती वेदना ही काहीशी वेगळी असते. ती तुमच्यातल्या 'स्व'वर प्रहार करते, त्या 'स्व'ला छळते, अगदी जीवघेणी बनते, पण... पण तरी ती वेदना म्हणजे तुमच्यातला तो 'स्व' नसतो.

मात्र नैराश्य आणि अतिचिंता या गोष्टी असल्या तर तुम्ही ज्या वेदनेचा विचार करता, ती वेदना यात नसते. कारण या दोन्हींच्या बाबतीतली वेदना हाच तुमचा विचार *असतो*. तुम्ही तुमची पाठ(दुखी) नसता. तर तुम्हीच विचार असता.

तुमची पाठ दुखत असेल, तर खाली बसल्यावर ती जास्त दुखू शकते. पण तुमचं मन दुखत असेल, तर ते विचार करूनही दुखतं. आणि त्यावर खरा, सोपा आधार नाही, असं तुम्हांला वाटत असतं, जरी ही भावना अनेकदा खोटी असते.

वाईट दिवसांचा साठा

जेव्हा तुम्ही प्रचंड निराश असता, तुम्हांला फार काळजी वाटत असते, घरातून बाहेरही पडू नये किंवा सोफ्यावरून नुसतं उठूदेखील नये असं तुम्हांला वाटत असतं. मनात फक्त आणि फक्त निराशेचेच विचार असतात... हे सगळं भयानक अवघड असतं. वाईट दिवस कमी-अधिक तीव्रतेने येत असतात. ते सरसकट सगळेच वाईट दिवस नसतात. यातली मेख अशी आहे, की भयानक वाईट दिवस फार अवघड असले तरी शेवटी नंतरच्या काळात ते फार उपयुक्त ठरतात. तुम्ही त्यांचा नीट साठा करून ठेऊ शकता. ते व्यवस्थित जपून ठेवू शकता. वाईट दिवसांची साठवणूक! एखाद्या सुपर मार्केटमधून तुम्हांला पळून जावं लागलं, तो दिवस; किंवा एखाद्या दिवशी नैराश्याचे ढग इतके दाटून येतात, की काही बोलण्यासाठी तुमची जीभच हलत नाही. एखाद्या दिवशी तुम्ही तुमच्या जोडीदाराला दुखवून रडवलेलं असतं. एखाद्या दिवशी कड्यावरून स्वतःला खाली झोकून देता देता तुम्ही मागे आलेले असता. थोडक्यात काय, तर पुन्हा एखादा वाईट दिवस तुमच्या समोर आ वासून उभा राहिला, तर स्वतःला सांगा - हे वाईट आहे, हे मान्य! *पण राजा, अरे याहून किती भयंकर गोष्टी घडून गेल्या आहेत.* आणि समजा, तुम्हांला दुसरा एखादा वाईट दिवस आठवलाच नाही - आजचा दिवसच महाभयंकर आहे - असं तुम्हांला वाटत असेल, तर लक्षात ठेवा, या गर्तेच्या पलीकडे एक किनारा आहे, काठ आहे, एवढं तर तुम्हांला ठाऊक झालं. आणि लक्षात ठेवा, तिथे तुमची काही ठेवही आहे.

नैराश्य तुम्हाला काय म्हणतं?

ए रडक्या...

हो हो तूच!

काय करतोयस तू? आणि अंथरुणातून उठतोयस कशाला?

या नोकरीसाठी अर्ज करण्याचा प्रयत्न का करतोयस? स्वतःला कोण समजतोयस तू? मार्क झुकेरबर्ग?

गप, पडून राहा तिथेच गादीवर!

तुला वेड लागणार आहे. व्हॅन गॉगसारखं. तूपण स्वतःचा कान कापू शकशील...

आणि रडतोयस कशाला?

कपड्यांचं मशीन लावायचं आहे, म्हणून?

तुझा कुत्रा आठवतोय का? मरडॉक? तो मेला ना? तुझ्या आजी-आजोबांसारखा तोही मेला.

तू आजवर ज्या ज्या लोकांना भेटला आहेस, ती प्रत्येक व्यक्ती पुढच्या शतकात मरून जाणार आहे, हे लक्षात ठेव.

अरे, खरंच! ज्या ज्या व्यक्तींना तू भेटतोस, त्या सतत ऱ्हास पावणाऱ्या पेशींचा केवळ एक समुच्चय आहेत. दुसरं काही नाही.

बाहेर हिंडणाऱ्या-फिरणाऱ्या लोकांकडे बघ. बघ, बघ. खिडकीतून त्यांच्याकडे नजर टाक. तू त्यांच्यासारखा का होऊ शकत नाहीस.

त्या तिथे एक उशी आहे. आता इथे फक्त बसून राहू आणि त्या उशीकडे बघत राहू. त्या उशीच्या अमर्याद दुःखाचा विचार करत बसू.

ता.क. : दुसरा दिवस उजाडलाय आणि तो अधिक वाईट आहे.

तथ्यं

एखाद्या सापळ्यात **जेव्हा तुम्ही** अडकता, त्या वेळी सगळ्या गोष्टी मिथ्या... खोट्या... असत्य वाटू लागतात. तुम्हांला अशा वेळी आस लागते ती तुमच्या वागण्याला... वर्तणुकीला काही एक अर्थ देण्याची! ज्ञानासाठी हपापलेला होतो, तथ्यं जाणून घेण्यासाठी मी आतुरलेला होतो. भर समुद्रात असताना जीव वाचवण्यासाठी एखाद्या गोष्टीचा आधार शोधावा, त्या तळमळीने मी या दोन बाबींचा शोध घेत होतो. पण आकडेवारी ही फार फसवी गोष्ट असते.

मनात ज्या गोष्टी उमटत असतात, त्या बरेच वेळा लपलेल्या असतात. खरं सांगतो, जेव्हा मी पहिल्यांदा आजारी पडलो, त्या वेळी माझी सगळी धडपड ही नॉर्मल दिसण्यासाठी होती. आपल्याला बरं वाटत नाही, हे इतर लोकांना केव्हा कळतं, तर जेव्हा तुम्ही स्वतः तसं सांगता, तेव्हाच! पण नैराश्य असेल, तर हे नेहमी घडतंच असं नाही आणि त्यातून तुम्ही पुरुष असाल तर अवघडच! (मग ते न घडण्याचीच शक्यता जास्त.) शिवाय कालानुरूप तथ्यंही बदलली. सगळ्या संकल्पना आणि शब्द बदलले. नैराश्य हे फक्त नैराश्य राहिलं नाही. काही वेळा कमालीची विषण्णता असते. नैराश्यग्रस्त लोकांच्या तुलनेत औदासीन्य किंवा विषण्णतेने ग्रस्त लोक कमी असतात. पण हे खरं आहे का? किंवा लोक अशा गोष्टींबाबत अधिक खुलेपणाने बोलतात का?

असो... आपल्याकडे आता ही काही तथ्यं आहेत...

पस्तीस वर्षांच्या आत असणाऱ्या लोकांमध्ये आत्महत्या हे मृत्यूचं एक प्रमुख कारण आहे. जगात कोणत्या भागात, कोणत्या देशात तुम्ही राहता,

त्यावर आत्महत्येचा दर बऱ्याच प्रमाणात अवलंबून असतो. उदाहरणार्थ, समजा तुम्ही ग्रीनलँडमध्ये राहत असाल, तर तिथे ग्रीसच्या तुलनेत तुम्ही आत्महत्या करण्याची शक्यता सत्तावीस टक्क्यांनी अधिक असते.

दरवर्षी जवळपास १० दशलक्ष लोक आत्महत्या करतात. तर दहा ते वीस दशलक्ष लोक आत्महत्येचा प्रयत्न करतात. जगभरात बायकांच्या तुलनेत पुरुषांच्या आत्महत्येची शक्यता तिप्पट असते.

नैराश्याबाबत काही तथ्यं

दर पाच व्यक्तींत एका व्यक्तीला आयुष्यात कोणत्या ना कोणत्या क्षणी नैराश्य ग्रासतं. (अर्थात यापेक्षा कितीतरी अधिक प्रमाणात मानसिक आजारांचे रुग्ण असतात.)

सगळीकडे नैराश्य कमी करणाऱ्या म्हणजेच नैराश्य-प्रतिबंधक औषधांचा सुकाळ माजला आहे. नैराश्य-प्रतिबंधक औषधं सर्वाधिक सेवन करणारा देश म्हणजे आइसलँड. त्या खालोखाल ऑस्ट्रेलिया, कॅनडा, डेन्मार्क, स्वीडन, पोर्तुगाल आणि युनायटेड किंगडम या देशांचा क्रमांक लागतो.

स्त्रिया असोत की पुरुष - आयुष्यात दोन वेळा त्यांना नैराश्याचा तीव्र झटका येतो.

युनायटेड किंगडममध्ये नैराश्य आणि अतिचिंता (depression) या समस्यांचा एकत्रित त्रास ही गोष्ट अगदी सर्रास दिसून येते. त्या खालोखाल अतिचिंता, एखाद्या अवघड परिस्थितीनंतर येणारा तणाव, 'फक्त' नैराश्य, अनेक प्रकारची भीती, खाण्यातली विकृती, मंत्रचळ (OCD) आणि अत्यंत काळजीमुळे निर्माण होणारे आजार या गोष्टींचा क्रमांक लागतो.

मानसिक उपचार घेण्याचा कल पुरुषांपेक्षा महिलांमध्ये अधिक दिसून येतो.

जर आईवडिलांपैकी कुणालाही नैराश्याचा आजार असेल, तर त्यांच्या मुलांत तो दिसून येण्याचा धोका चाळीस टक्के अधिक असतो.

संदर्भ : जागतिक आरोग्य संघटना, द गार्डियन, माइंड, ब्लॅक डॉग इन्स्टिट्यूट.

खिडकीवर डोकं ठेवून उभा असताना

मी माझ्या आईबाबांच्या खोलीत **होतो**. एकटाच होतो मी! मला वाटतं, अँड्रिया बहुतेक खालच्या मजल्यावर होती. माहीत नाही. ती माझ्या बरोबर नव्हती. खिडकीशेजारी मी उभा होतो. खिडकीच्या काचेवर डोकं टेकवलं होतं. तेव्हा मला फक्त नैराश्याने ग्रासलं होतं. अजून त्याला अतिचिंतेची जोड मिळाली नव्हती. ऑक्टोबर होता तो. सगळ्या महिन्यांतला सर्वांत वाईट आणि उदासवाणा महिना! आईबाबांचं घर ज्या रस्त्यावर होतं, तो शहरातला एक गजबजता रस्ता होता, आत्ताही काही लोक फुटपाथवरून चालले होते. त्यापैकी काही लोक मला माहीत होते किंवा काहींना मी लहान असल्यापासून ओळखत होतो. माझं लहानपण अधिकृतरीत्या संपलं त्यालाही आता सहा वर्षं झाली होती. पण बहुतेक ते पूर्णपणे अजिबात संपलं नसावं.

जेव्हा तुम्ही निराशेच्या पार गर्तेत असता, त्या वेळी तुमचा एक गैरसमज असतो. तुमच्याइतकी जगात कुणाचीही वाईट अवस्था नाही, असं तुम्हांला वाटत असतं. त्या इतर लोकांपैकी एक असावं, असं विनवत होतो. त्यांच्यापैकी कुणीही एक! ऐंशी वर्षांचा, किंवा आठ वर्षांचा, कुणी बाई... किंवा पुरुष, अगदी त्यांचा कुत्रा जरी झालो असतो, तरी चाललं असतं... पण त्यांच्यापैकी एक व्हायचं होतं मला! मला त्यांच्या मनात शिरण्याची अत्यंत ओढ लागली होती. माझ्या अवतीभोवतीच्या शांत जगाची मला इतकी ओढ लागली होती, की माझ्या मनाच्या त्या विदीर्ण अवस्थेशी मला अजिबात जुळवून घ्यायचं नव्हतं. सभोवताली गारेगार बर्फ दिसत असताना स्वतःचा हात तापल्या तव्यावर ठेवून भाजून घेण्याची कुणाची इच्छा असेल? आपल्याला जराही मानसिक शांतता मिळत नाहीये, या विचारानेच पुरता थकून गेलो होतो मी. माझ्या मनात एखादा सकारात्मक

विचार जरा जरी रुजू लागला की मूळ धरण्याआधीच तो तिथेच गोठून जात असे. त्याला पुढे मार्गच मिळत नसे.

मी रडलो... खूप रडलो.

काही पुरुषांना अश्रूंची भीती वाटते. मी तसा पुरुष कधीच नव्हतो. रडून मला बरं वाटत असे. इमोशनल म्हणजेच संवेदनशील ही संकल्पना रूढ होण्याआधीपासूनच मी हळवा आहे. पण तरीही विचित्र गोष्ट म्हणजे नैराश्यापोटी मी फारसा कधीच रडलो नाही. रडणं किती वाईट आहे, या विचारानेच मी रडत नसे. मला जे काही जाणवत होतं त्याचं ते बहुतेक जरा विचित्र रूप होतं. माझ्या आवाक्याबाहेरचं! अश्रू ही एक प्रकारची भाषा असते आणि भाषा माझ्यापासून फार फार लांबची गोष्ट होती, असं मला जाणवत होतं. मी त्या अश्रूंच्या खाली होतो. अश्रू ढाळले जातात, ते पश्चात्तापात! पापक्षालनासाठी! पण तुम्ही जेव्हा नरकात पोहोचता, तेव्हा वेळ निघून गेलेली असते. त्यामुळे अश्रू वाहण्यापूर्वीच ते निष्फळ ठरतात.

पण तरी आत्ता ते वाहत होते. आणि ते नेहमीसारखे अश्रू नव्हते. म्हणजे डोळ्यांतून येत नव्हते ते. नाही. ते खूप खूप आतून, खोलातून येत होते. पार आतड्यातून ते पिळवटून येत होते. माझं पोट थरथरत होतं. जणू अश्रूंचं एखादं धरण फुटलं असावं! माझे डोळे असे काही वाहू लागले की ते थांबता थांबेनात. माझे बाबाही खोलीत आले. त्यांनी माझ्याकडे पाहिलं. हे सारं चित्र त्यांना परिचित होतं तरी त्यांनाही क्षणभर कळेचना. माझ्या आईला बाळंतपणानंतर येणाऱ्या नैराश्याचा त्रास झाला होता. बाबा माझ्यापाशी आले आणि त्यांनी माझा चेहरा बघितला. त्यांचेही डोळे पाणावले, लाल झाले. बाबांना मी शेवटचं रडताना कधी पाहिलं होतं, हे मला आठवतही नव्हतं. आत्ताही आधी ते काहीही बोलले नाहीत. त्यांनी मला कुशीत घेतलं. त्यांचं प्रेम मला लख्खपणे जाणवलं. ते प्रेम जितकं गोळा करून घेता येईल, तितकं घेण्याचा मी प्रयत्न केला. शेवटी मला तेच तर हवं होतं. माझी तीच गरज होती.

''आय ॲम सॉरी!'' असं मी त्यांना म्हणालो... असं मला वाटतंय.

''अरे... ठीक आहे... काहीच हरकत नाही. असू दे. मॅटी, शांत हो. स्वतःला सावरायला हवं तुला! हो ना? आणि तू सावरशील.'' बाबा अगदी शांत, सौम्यपणे मला म्हणाले.

माझे वडील हे कधीही ‘कडक बाप’ नव्हते. बाबा फार सौम्य, मायाळू, खूप काळजी घेणारे आणि बुद्धिमान व्यक्ती होते. पण तरीही माझ्या डोक्यात काय सुरू आहे, हे लक्षात येण्यासाठी डोक्यात बघण्याची जादूई क्षमता त्यांच्यात नव्हती, हेही खरं!

अर्थातच, त्यांचं योग्यच होतं. यापेक्षा अधिक काही त्यांनी मला सांगावं असं मलाही वाटलं नसतं. पण त्यांनी मला जे सांगितलं ते आचरणात आणणं माझ्यासाठी किती अवघड आहे, हे त्यांनाही माहीत नव्हतं.

शांतपणे स्वतःला सावरणं.

कुणीच ते करत नाही. जेव्हा एखादा त्रयस्थ माणूस तुम्हांला बघतो, तेव्हा त्याला बाहेरून दिसतं ते अतिसूक्ष्म अणूंनी आणि पेशींनी बनलेलं तुमचं एकसंध शरीर. आणि प्रत्यक्षात त्याच्या आत मात्र, बिग बँगसारखा मोठा धमाका होऊन गेलेला असतो. तुम्ही हरवून गेलेले असता, तुकडे-तुकडे झाल्याची भावना असते. आणि विश्वाच्या अमर्याद काळोखात विखरून गेल्यासारखं वाटत असतं.

‘‘डॅड, मी प्रयत्न करेन... नक्की प्रयत्न करेन.’’ मी म्हणत होतो.

बाबांना हे शब्द ऐकायचे होते, म्हणून त्यांना मी ते ऐकवले... इतकंच! आणि पुन्हा एकदा मी वळून माझ्या लहानपणीच्या त्या भुतावळीकडे बघू लागलो, तिचा विचार करू लागलो.

सरळ-साधं बालपण

मानसिक आजार होतात, की ते पहिल्यापासून असतातच? तर, साधारण १४ वर्षांपर्यंत निम्मे मानसिक आजार तुमच्यामध्ये असतातच, असं जागतिक आरोग्य संघटना सांगते.

वयाच्या चोविसाव्या वर्षी मी आजारी पडलो, त्या वेळी माझ्यासाठी ते सारं भयानक होतं. सगळंच नवीन आणि अचानक घडलेलं होतं. वास्तविक, माझं लहानपण सरळ-साधं आणि इतरांसारखंच होतं. पण मला ते तसं नॉर्मल कधीच वाटलं नाही. (तसं ते कुणाला तरी वाटतं का?) मला तेव्हाही नेहमी फार काळजी वाटत राहायची.

दहा वर्षांचा असतानाच्या दिवसांतली एक आठवण मला नेहमी येते. मी जिन्याच्या पायऱ्यांवर उभा आहे, धो-धो रडत मी मला सांभाळणाऱ्या बाईंना विचारतोय, की आईबाबा घरी येईपर्यंत मी तुमच्या जवळ बसू का?

त्या बाई फार मायाळू होत्या. त्यांच्या शेजारी त्या मला बसू देत. फार आवडत त्या मला. त्यांच्या शेजारी बसलो की व्हॅनिलाचा वास दरवळत राही. त्या ढगळ बॅगी टी-शर्ट्स घालत असत. त्यांचं नाव होतं - जेनी! मला सांभाळणारी जेनी फार वाईट परिस्थितीत राहत असे, पण दहाएक वर्षांनंतर जेनी साव्हील या ब्रिटिश चित्रकारासारखी झाली असती. ही ब्रिटिश चित्रकार तिने मोठ्या प्रमाणात काढलेल्या नग्न स्त्रियांच्या चित्रांसाठी प्रसिद्ध आहे.

''आईबाबा लवकर घरी येतील ना?'' मी तिला विचारत असे.

त्यावर ती शांतपणे म्हणे, ''हो, हो! ते येतीलच इतक्यात! इथे जेमतेम मैलावर आहेत ते आत्ता! म्हणजे काही फार लांब नाहीत ते. आलं का लक्षात?''

मला लक्षात आलेलं असायचं.

पण... तरीही मला धास्ती वाटायची. न जाणो, त्यांना कुत्र्यांनी मारून, गिळून किंवा खाऊन टाकलं तर! अर्थात, असं कधीही घडलं नाही, ही गोष्ट वेगळी. आता नेवार्क-ऑन-ट्रेंट या भागातल्या कोणत्याही रहिवाशांना शनिवारी रात्री कुत्र्यांनी खाऊन वगैरे टाकलेलं नाही. सगळे सुखरूप घरी येत. पण माझ्या लहानपणी या विचाराने माझा पिच्छा कधी सोडला नाही. खरं तर, मी तेव्हापासूनच स्वतःला माझ्याही नकळत सतत काळजीत कसं राहायचं, हेच शिकवत होतो. हे जग अमर्याद शक्यतांनी भरलेलं आहे. पण या जगात वेदना, हानी आणि कायमचा विरह या गोष्टींच्या शक्यताही अमर्याद आहेत. त्यामुळे भीती ही गोष्ट कल्पनांना जन्म देत असते आणि कल्पना ही भीती रुजवत असतात. ही गोष्ट सतत... सतत... अविरत सुरू राहते... आणि मग एक क्षण असा येतो की तुम्हांला वेड लागण्याखेरीज दुसरा काहीही पर्याय उरत नाही.

आता अजून एक गोष्ट सांगतो. फारशी महत्त्वाची नाही, पण तरी त्यावरून अंदाज बांधता येईल अशी! मी तेरा वर्षांचा होतो. मी आणि माझा मित्र मैदानावर असलेल्या आमच्या वर्गातल्या काही मुलींकडे गेलो. आम्ही तिथे बसलो. त्या मुलींपैकी एक मुलगी मला फार आवडायची. तिने माझ्याकडे बघितलं आणि आणि तिच्या चेहऱ्यावर कमालीचा तिरस्कार उमटला. तिच्या मैत्रिणींकडे वळत ती काहीतरी म्हणाली, ते मला पुढे २६ वर्षांनी एका पुस्तकात त्या बाबत लिहीत असताना आठवलं. ती म्हणाली होती, ‘‘शी! मला *तो* माझ्या शेजारी बसलेला मुळीच नकोय. त्याच्या चेहऱ्यावर कोळ्याचे पाय आहेत, असं वाटतंय.’’ आणि त्यांनतर तिला नेमकं काय म्हणायचं आहे, हे ती सांगत होती. तेव्हा धरणी दुभंगून मला पोटात घेईल, तर बरं, असा विचार माझ्या मनात येत होता. पण तसलं काही घडलं नाही. ‘‘त्याच्या चेहऱ्यावर मस आहेत, त्यातून उगवलेले केस कोळ्यांसारखे दिसतायेत.’’ असं ती सांगत होती.

त्याच दिवशी संध्याकाळी घरी आल्यावर मी पाचच्या सुमारास तडक बाथरूममध्ये गेलो. माझ्या चेहऱ्यावरच्या मसमधून उगवलेले केस बाबांच्या दाढीच्या ब्लेडने काढून टाकले. माझ्या चेहऱ्याकडे बघितलं आणि मला तो अजिबात आवडला नाही. चेहऱ्यावर दोन मोठ्ठाले मस होते.

मी टूथब्रश घेतला आणि माझ्या डाव्या गालावरच्या मोठ्या मसावर तो जोरात दाबून धरला. डोळे गच्च बंद केले. ब्रश जोराने... पूर्ण ताकदीने घासू लागलो. शेवटी त्यातून रक्त ठिबकू लागलं. ते बेसिनमध्ये गळू लागलं. पण मी घासतच होतो... त्या घासण्याने शेवटी माझा चेहरा गरम होऊन थडथडू लागला, भयानक वेदना होऊ लागल्या.

आई आत आली आणि तिने माझा रक्तबंबाळ चेहरा पाहिला.

''मॅथ्यू, अरे काय झालं तुझ्या चेहऱ्याला?''

गालावरच्या भळभळणाऱ्या जखमेवर मी टिश्यू दाबून धरला आणि तिला काय झालं ते सांगितलं.

त्या रात्री मला अजिबात झोप आली नाही. मलमपट्टी केलेल्या जखमेमुळे माझा चेहरा ठणकत होता. तरी झोप न येण्याचं कारण हे नव्हतं. शाळेत काय होणार याचा मी विचार करत होतो. चेहऱ्यावरची जखम आणि ती मलमपट्टी याचं कारण काय सांगणार, हा विचार मला सतावत होता. त्याच वेळी दुसरा विचार येत होता... मी मरून गेलो तर? असं जग असेल? जिथे मी मरून गेलो असेन आणि ती मुलगी... माझ्या मृत्यूची बातमी तिला कळेल आणि मग तिला प्रचंड अपराधी वाटेल... ती ढसाढसा रडेल. हा आत्मघातकी विचार होता. पण या विचाराने मला किती बरं वाटत होतं!

माझं लहानपण संपलं. पण माझ्या मनातली काळजी काही संपली नाही, ती तशीच राहिली. डाव्या विचारसरणीच्या आणि मध्यम वर्गीय आईवडिलांच्या घरात, पण उजव्या विचारसरणीच्या आणि नोकरदारांच्या त्या शहरात मला फार परकं वाटू लागलं. सोळाव्या वर्षी मला अटक झाली. केसांचं जेल आणि एक क्रंची बार दुकानातून चोरल्याबद्दल मला पोलिसांनी पकडलं आणि एक अख्खी दुपार मी पोलिस स्टेशनमध्ये काढली. पण या गोष्टीशी नैराश्याचा काहीच संबंध नव्हता. तो त्या अवघड टीन एजमधला नमुनेदार मूर्खपणा होता.

त्या काळात मी तुफान स्केटिंग केलं, चांगले मार्क्स मिळवले, अस्ताव्यस्त केस वाढवले, माझं कौमार्य हा कसा पुरातन शाप आहे, अशा प्रकारे विचार करत बसलो. त्या वयात जे काही होतं ते सगळं केलं.

आणि तरीही मी या सगळ्यांत बसायला योग्य आहे, असं वाटत नव्हतं. लोकांमध्ये असलो तरी कुठेतरी विखुरलो गेल्यासारखं वाटत होतं. त्यांना मी कसा बनायला हवा आहे, तसा बनत होतो. मात्र यातला विरोधाभास म्हणजे, आतल्या आत मला एक प्रकारची तीव्र जाणीव होत होती. ती नेमकी काय होती, हे मला समजत नव्हतं. मात्र, ती जाणीव वाढत होती. एखाद्या धरणात पाणी साठत जावं, तशीच! कालांतराने जेव्हा मला अतिचिंता आणि नैराश्याने पुरतं ग्रासलं, त्या वेळी मला उमगलं की हा आजार म्हणजे माझ्या मनात टप्याटप्याने वाढणाऱ्या त्या तीव्र जाणिवेचा परिपाक होता. आणि आता त्याला तोंड फुटलं होतं. जसं, तुम्ही स्वतःला मोकळं होऊच दिलं नाही, तर एका क्षणी तुमचा 'स्व' सर्व बांध तोडून मोकळा होऊ बघतो. मग तुमच्या मनात पूर येतो आणि त्यात तुमच्या मनातल्या अर्ध्यामुर्ध्या गोष्टी वाहून जाऊ पाहतात.

एक भेट

त्या दुकानात चोरी करतानाचा **माझा साथीदार पॉल** माझ्या आईबाबांच्या घरी आला होता. शाळा संपल्यानंतर अनेक वर्षांत मी त्याला पाहिलंही नव्हतं. त्याला भेटून हजारो वर्षं उलटली असावीत असं मला वाटत होतं. मी तेव्हा जसा होतो, तसाच आत्ताही आहे, अशा नजरेने तो माझ्याकडे बघत होता. त्याला माझ्यात काहीच फरक कसा जाणवत नव्हता?

''शनिवारी बाहेर जाऊ या का? अरे दोस्ता, खरंच चल. आपल्या त्या जुन्या दिवसांची आठवण म्हणून तरी!''

ही कल्पना विनोदीच होती. मनात कोणतीही भीती नसताना मी घराबाहेर पडणं अशक्य होतं. इतकी भीती माझ्या मनावर कब्जा करून बसली होती. ''मला नाही रे शक्य!''

''का? काय झालंय?''

''बस्स, मला जरा बरं वाटत नाहीये. डोकं ठणकतंय माझं!''

''अरे, म्हणूनच चल, रात्री जरा मजा करण्याची गरज आहे तुला. तुला खूप उदास वाटतंय. चल, अँड्रियालाही सोबत यायला सांग. चल रे, दोस्ता, चल.''

''पॉल, तुला कळणारच नाही... अरे...''

मी तुरुंगात अडकलो होतो. अनेक वर्षांपूर्वी त्या क्रंची बारमुळे काही तास मला पोलिस स्टेशनमध्ये घालवावे लागले तेव्हापासून एखाद्या जागी अडकून पडण्याची भीती माझ्या मनात घर करून बसली आहे. तुम्ही स्वतःच्याच मनाच्या पिंजऱ्यात कसे अडकता, हे मात्र मला न उलगडलेलं कोडं आहे.

मर्द बन. मी माझ्या मनाला ठासून सांगितलं. प्रत्यक्षात मला ते काही फार चांगलं जमत नव्हतं.

मुलगे कधी रडतात का?

आता मला जरा पुरुष असण्याबद्दल **बोलायचं आहे.**

एकूण पाहता, आत्महत्या करणाऱ्या लोकांत स्त्रियांपेक्षा पुरुषांचं प्रमाण खूपच जास्त आहे. इंग्लंडमध्ये हे प्रमाण ३:१ आहे, ग्रीसमध्ये ६:१ आणि अमेरिकेत ४:१ आहे. हे साधारण सरासरी प्रमाण आहे. जागतिक आरोग्य संघटनेनुसार जगात ज्या देशांत पुरुषांपेक्षा अधिक प्रमाणात स्त्रिया आत्महत्या करतात, ते म्हणजे चीन आणि हाँगकाँग! हे दोन देश सोडून इतर सर्व देशांत मात्र पुरुषांच्याच आत्महत्या अधिक प्रमाणात होतात, हे चित्र आहे. वास्तविक पाहता सर्व अधिकृत सर्वेक्षणांत असं दिसून आलं आहे की, पुरुषांपेक्षा दुप्पट संख्येने स्त्रियांना नैराश्य जडते.

याचाच अर्थ असा की यात काहीतरी मेख आहे. पुरुष असल्याने तुम्हांला स्वत:चं आयुष्य संपवावंसं तीव्रतेने वाटतं, यामागे काहीतरी नक्की कारण आहे. हा एका अर्थी विरोधाभासच आहे. आत्महत्या हे नैराश्याचं एक लक्षण आहे, असं मानलं (आणि ते आहेच), तर मग स्त्रियांना अधिक प्रमाणात त्याचा सामना करावा का लागतो? किंवा दुसऱ्या शब्दांत सांगायचं, तर स्त्रियांपेक्षा पुरुषांच्या बाबतीत ते अधिक धोकादायक का ठरतं?

वेगवेगळे कालखंड, देश, लिंग याअनुसार आत्महत्येचा दर बदलतो किंवा वेगळा असतो, ही गोष्ट लक्षात घेतली तर प्रत्येकाच्या बाबतीत आत्महत्या हा अपरिहार्य पर्याय नसतो.

आपण इंग्लंडचं उदाहरण घेऊ. तिथे १९८१ साली २,४६६ स्त्रियांनी आपलं आयुष्य संपवलं. त्यानंतर ३० वर्षांनी ही संख्या निम्म्यावर आली. तीस वर्षांनंतर हा आकडा होता - १,३९१! आणि आता याच दोन

वर्षांतला पुरुषांच्या आत्महत्येचा आकडा पाहिला तर तो अनुक्रमे ४,१२९ आणि ४,५९० असा आहे.

तर १९८१ साली राष्ट्रीय संख्याशास्त्र कार्यालयाच्या नोंदीअनुसार स्त्रियांपेक्षा पुरुषांच्या आत्महत्यांची शक्यता अधिक होती. ती १:९ या प्रमाणात होती. पण आता हेच प्रमाण ३:५ हे आहे.

आजही पुरुषांच्या आत्महत्यांचं प्रमाण अधिक का आहे? नेमकं काय चुकतंय?

पारंपरिकदृष्ट्या विचार करता, पुरुष मानसिक आजारांकडे दुर्बलता म्हणून बघतात. आणि म्हणूनच त्या संदर्भात कोणतीही मदत घेण्याची किंवा उपचार घेण्याची त्यांची तयारी नसते, असा एक सरळ निष्कर्ष काढता येईल.

मुलगे रडत नाहीत... प्रत्यक्षात ते रडतात. होय, आम्ही पुरुषही रडतो. मी रडतो... अगदी नेहमी रडतो. (*बॉयहूड* बघताना अगदी आज दुपारी मी रडलो). मुलगे आणि पुरुष आत्महत्यादेखील करतात. डॉन डिल्लीलोच्या *व्हाइट नॉईज* या कादंबरीमधला अतिचिंतेने पछाडलेला निवेदक जॅक ग्लॅडने हा मर्दानगीच्या संकल्पनेने पुरता त्रस्त झालेला आहे. तो त्याबद्दल बोलताना सांगतो, ''एखाद्या पुरुषाला गळणारा पाइप दुरुस्त करता नाही आला, तर त्याचा उपयोग काय? जणू तो काहीच कामाचा नाही.'' पण मग त्या गळक्या-फुटक्या पाइपच्या जागी मोडून गेलेलं मन असेल तर? मर्दानगीच्या किंवा पुरुषत्वाच्या अशा कल्पना मनात असणारा एखादा पुरुष असाच विचार करेल ना! त्याला जे मानसिक प्रश्न सतावत आहेत, त्यावर स्वतःच उत्तरं शोधायला हवीत. तीदेखील या आधुनिक जीवनाच्या 'व्हाइट नॉईज'च्या गदारोळात आणि कदाचित काही लिटर्स दारूच्या साहाय्याने!

मानसिक आरोग्याचे प्रश्न असणारे तुम्ही स्त्री किंवा पुरुष असाल, मोठ्या संख्येने वाढणाऱ्या एका मोठ्या गटात तुम्ही मोडता, ही गोष्ट लक्षात घ्या. आजवर अनेक भल्या भल्या लोकांना नैराश्याचा सामना करावा लागला आहे आणि याला कोणतंही क्षेत्र वर्ज्य नाही. तुम्ही राजकारणी असा, अंतराळवीर किंवा कवी, चित्रकार, तत्त्वज्ञ, शास्त्रज्ञ किंवा गणितज्ज्ञ, अभिनेते, बॉक्सर्स, शांतिदूत, युद्धनेते किंवा आपापल्या लढाया लढणारे अब्जावधी सामान्य लोक... कुणीही याला अपवाद नाही.

जसा कॅन्सर किंवा हृदयरोग तुम्हांला होऊ शकतो किंवा एखादा अपघात तुमच्या बाबतीत घडू शकतो, तसंच नैराश्यही तुमच्या वाटेला येऊ शकतं.

मग तुम्ही काय केलं पाहिजे? तर- बोला, ऐका. दुसऱ्याला बोलण्यासाठी प्रवृत्त करा. दुसऱ्याचं ऐकून घेण्यासाठी प्रवृत्त करा. चर्चा करत राहा. कुणाला चर्चेत सहभागी होण्याची इच्छा आहे, त्या व्यक्तीच्या शोधात राहा. आणि एक गोष्ट वारंवार सांगत राहा. ती म्हणजे, नैराश्य म्हणजे काही चुकीची कबुली देणं नाही किंवा त्याबद्दल शरम वाटायचीही मुळीच आवश्यकता नाही. मुलगा-मुलगी-स्त्री-पुरुष-तरुण-म्हातारे-कृष्णवर्णीय-गौरवर्णीय-गे-श्रीमंत-गरीब यांच्यापैकी कुणाच्याही वाट्याला नैराश्य येऊ शकतं. लक्षात घ्या - *तुम्ही* म्हणजे नैराश्य नाही. ते तुमच्या बाबतीत घडतं आहे. आणि तुम्ही जर बोलत राहिलात, तर त्याचा ताण हलका होऊ शकतो. शब्द... धीर... आधार...! माझ्या अनुभवाबाबत इतर लोकांशी उघडपणे आणि व्यवस्थितपणे बोलायला मला दहा वर्षांपेक्षा जास्त काळ लागला. बोलण्याची कला ही एक प्रकारे उपचारपद्धतीच असते, ही गोष्ट माझ्या लवकरच लक्षात आली. जिथे बोलणं आहे... तिथे आशा आहे.

भाग २

लँडिंग

“... एकदा का वादळ ओसरलं, की आपण कशातून वाट काढत आलो हे तुम्हांला आठवतही नाही, आपण कसे काय तगून राहिलो हेही तुमच्या लक्षात राहत नाही. खरं तर वादळ नक्की शांत झालंय की नाही, हेदेखील तुम्हांला पक्कं माहीत नसतं. एकच गोष्ट निश्चित असते, जेव्हा तुम्ही वादळातून बाहेर येता, तेव्हा पूर्वीपेक्षा तुम्ही पूर्णतः नवीन व्यक्ती असता. तुम्ही पूर्वीचे तुम्ही राहत नाही. वादळ हे असं असतं.”

– हारूकी मुराकामी, काफ्का ऑन द शोअर

चेरी ब्लॉसम

नैराश्याच्या **जोडीने येणारा एक परिणाम** म्हणजे तुमच्या मेंदूच्या कार्याबाबत तुम्ही अत्यंत चौकस बनता.

मी जेव्हा नैराश्याने पार खचून गेलो होते, माझ्या आईबाबांनाही मागे सोडून आलो होतो, त्या वेळी मनात एक अचाट कल्पना येत असे. आपल्या डोक्यात... पार कवटीमध्ये शिरावं आणि मेंदूमधल्या ज्या भागांमुळे मला त्रास होतोय, असे भाग सरळ उचकटून बाहेर काढून फेकावेत, असं वाटत असे. आणि ही काल्पनिक गोष्ट अनेकांच्या मनात येते, हे नंतर - जेव्हा मी इतर काही नैराश्यग्रस्तांशी बोललो किवा या संदर्भातली काही पुस्तकं वाचली, त्या वेळी मला कळून चुकलं. मात्र, असं वाटायचं, तेव्हा मेंदूमधले कोणते भाग मी काढून टाकणार होतो? भला मोठा भाग काढून टाकणार होतो? की लहानसा भाग किंवा त्यातला काही द्रव काढून टाकणार होतो?

तीव्र नैराश्यात मी होतो, तेव्हाची गोष्ट! लीड्स शहरात पार्क स्केअर परिसरात एका बाकावर मी बसलो होतो. शहराच्या मध्यभागातला हा अगदी शांत भाग! त्या भागात असणाऱ्या पूर्वीच्या व्हिक्टोरियन थाटाच्या टाउन हाउसेसमध्ये आता वेगवेगळी कार्यालयं थाटण्यात आली होती. चेरीच्या एका झाडाकडे मी बघत होतो आणि मी अगदी उदास व सुन्न होऊन बसलो होतो. त्या वेळी माझ्या नैराश्याला अजून अतिचिंतेची जोड नव्हती. नुसताच गळून गेलो होतो, काहीही वाटत नव्हतं. मला हलताही येत नव्हतं. अर्थात, माझ्याबरोबर अँड्रिया होती. मला किती भयानक वाटत होतं, हे मी तिला सांगितलं नाही. फक्त बसून राहिलो. झाडावरच्या गुलाबी बहराकडे आणि फांद्यांकडे बघत बसलो. त्या झाडावरच्या पाकळ्या कशा आपोआप उडून तरंगत जात आहेत, तसेच माझ्या डोक्यातले विचारही तरंगत बाहेर आले,

तर किती बरं होईल, असं वाटत होतं. आणि मी रडायला लागलो... तिथेच भर रस्त्यात! आपण हे चेरीचं झाड आहोत, असं वाटायला लागलं.

नैराश्याचा शास्त्रीय पद्धतीने तुम्ही जेव्हा जेव्हा विचार करायला लागता, तेव्हा तेव्हा आपल्याला बऱ्याच गोष्टी ठाऊक नाहीत, हे कळून येतं. आपल्याला याविषयी फारच कमी माहिती असतं आणि ९०% गूढच असतं.

माहीत नसलेल्या अज्ञात गोष्टी

मंत्रचळ (Obsessive Compulsive Disorder) या विषयावरील- *द मॅन हू कुडन्ड स्टॉप* या आपल्या अफलातून पुस्तकात **डॉ. डेव्हिड** अ‍ॅडमने म्हटलं आहे की, मेंदू कसा काम करतो, हे एखादी मूर्ख व्यक्तीच तुम्हांला सांगू शकेल.

मेंदू म्हणजे टोस्टरसारखी एखादी वस्तू नसते. तो फार गुंतागुंतीचा असतो. त्याचं वजन म्हणाल, तर जेमतेम एखाद्या किलोपेक्षा किंचित जास्त असेल. पण याच एका किलोमधे उभ्या आयुष्याच्या साऱ्या आठवणी सामावलेल्या असतात.

ही एक प्रकारे किमयाच आहे, पण जरा चिंतेत टाकणारी. याचं कारण म्हणजे हा मेंदू आपल्या बाबत अनेक गोष्टी करत असतो आणि तेही तो कसं करतो, का करतो - हे आपल्याला काहीही समजत नाही. इथे मला एकच उदाहरण द्यावंसं वाटतं. लक्षावधी वर्षांपूर्वी आकाशातल्या ताऱ्यांमध्ये जसे अणू आपोआप अस्तित्वात आले, तसं मेंदूबाबत आहे. तरी मेंदूच्या काम करण्याच्या प्रक्रियेपेक्षा कित्येक मैल दूरवर असणाऱ्या त्या ताऱ्यांविषयी आपल्याला जास्त माहिती आहे, ही वस्तुस्थिती आहे. मेंदू हा या विश्वातला असा एकच घटक आहे की जो सगळ्या विश्वाचा विचार करत असतो.

तरीही अनेक लोकांना आजही वाटतं की नैराश्य हे केवळ रासायनिक असंतुलनामुळेच येतं.

अमेरिकन लेखक कर्ट वॉनगट याने आपल्या *ब्रेकफास्ट ऑफ चँपियन्समध्ये* म्हटलं आहे, ''आरंभीचा वेडेपणा हा रसायनांशी संबंधित असतो.'' त्यातच तो पुढे म्हणतो की, ड्वैन हूव्हरच्या (त्या पुस्तकातलं

एक पात्र) शरीरात अशी काही रसायनं तयार होत होती, ज्यांच्यामुळे त्याचं मन असंतुलित होत होतं.

ही कल्पना फारच आकर्षक आहे. शिवाय तिला अनेक वर्षांच्या अनेक शास्त्रीय अभ्यासाचा भरभक्कम आधार आहे.

नैराश्याच्या शास्त्रीय कारणांसंदर्भात जेव्हा जेव्हा संशोधन झालं आहे, त्या प्रत्येक वेळी संशोधनाचा सगळा भर डेपोमाईन आणि प्रामुख्याने सेरोटोनीन या रसायनांवरच दिला गेला आहे. सेरोटोनीन हे न्युरोट्रान्समीटर आहे. म्हणजे काय, तर ते मेंदूच्या एका भागाकडून दुसऱ्या भागाकडे संदेश पाठवते. थोडक्यात मेंदूतील संदेशवाहक आहे.

त्यामुळे सेरोटोनीनच्या मेंदूतील पेशींची निर्मिती कमी झाली की सेरोटोनीनची पातळी असंतुलित होते आणि त्याचा परिणाम म्हणजे – नैराश्य! म्हणूनच, प्रोझॅकसारख्या मोठ्या प्रमाणावर वापरल्या जाणाऱ्या अनेक नैराश्य-प्रतिबंधक औषधांत मेंदूतील सेरोटोनीनची पातळी वाढवू शकतील असे घटक असतात. (त्यांना SSRI – म्हणजे selective serotonin reuptake inhibitors – असं म्हणतात.)

तरीही नैराश्याच्या बाबतीत सेरोटोनीनची ही बाजू तितकीशी पक्की वाटत नाही. हे कशामुळे तेही सांगतो. कारण सेरोटोनीनच्या पातळीबाबत काहीही परिणाम न करणारी औषधंही आता अस्तित्वात आली आहेत.

ही औषधं वर उल्लेख केलेल्या SSRIच्या अगदी विरुद्ध काम करतात. (त्यांना selective serotonin reuptake *enhancers* असं म्हणतात.) आणि ही औषधं नैराश्यावरच्या उपचारांत परिणामकारक सिद्ध झाली आहेत. याच्या जोडीला एक गोष्ट सांगायला हवी. सेरोटोनीन हा जिवंत आणि कार्यशील मेंदूमधला प्रमाण मोजायला सर्वांत अवघड असा घटक आहे आणि म्हणूनच त्याच्या बाबत ठोसपणे काहीही सांगता येऊ शकत नाही. त्याच्या बाबतचे चित्र नेहमी अनिर्णायक असते.

पूर्वी, म्हणजे २००८ मध्ये *गार्डियनमध्ये* बेन गोल्डेकर यांनी सेरोटोनीनच्या 'मॉडेल'विषयी प्रश्न उपस्थित केले होते. त्यांनी लिहिलं होतं की, नैराश्य हे मेंदूत सेरोटोनीनची पातळी कमी झाल्यावर येतं आणि त्यासाठी ही पातळी वाढवणारी औषधं घेणं गरजेचं असतं, ही समजूत विकायचा प्रयत्न ६०० अब्ज डॉलर्सची उलाढाल असणाऱ्या औषधनिर्मितीच्या

क्षेत्रातले ठग लोक करत आहेत... ही सेरोटोनीनबाबतची धारणा आहे. पण त्याला कोणताही ठाम आधार नाही, उलट त्या बाबतच्या गृहीतकांत मोठा विरोधाभासच आहे.

थोडक्यात सांगायचं तर या बाबतचे शास्त्रज्ञ एकच राग आळवत नाहीत. काहींनी तर हा 'राग' बेदखलच केला आहे. आणि त्यांनी या विषयावर स्वतःचे आरोह-अवरोह लिहिले आहेत.

रॉबर्ट मलेन्का हे स्टॅन्फोर्ड विद्यापीठात वर्तणूक शास्त्राचे प्राध्यापक आहेत. या विषयासंदर्भात इतरही अनेक बाबींबाबत अभ्यास होण्याची गरज आहे, असं त्यांना वाटतं. उदाहरणार्थ, मेंदूच्या मध्यवर्ती असणारे 'न्युक्लिअस अक्युम्बेंस'! आता मेंदूतील हा अत्यंत महत्त्वाचा भाग आनंदाची जाणीव करून देणारा, एखाद्या गोष्टीचे व्यसन लावण्यास कारणीभूत असतो. त्यामुळे हा भाग जर योग्य प्रकारे काम करत नसेल, तर त्यामुळे आपल्यामध्ये आनंदाच्या किंवा सुखाच्या पूर्ण विरुद्ध भावना निर्माण होते. तिला ॲन्हेडोनिया असं म्हणतात. आनंदाची किंवा सुखाची कणभरही जाणीव निर्माण न होणे हे तर नैराश्याचं मुख्य लक्षण असतं.

जेव्हा नैराश्य येतं, तेव्हा अनेकदा विचित्र भावना निर्माण होत असते. म्हणजे, मेंदूत शिरून आपल्याला छळणारा त्यातला भाग शोधून तो बाहेर काढून टाकावा, असं वाटत असतं. पण हा न्युक्लिअस अक्युम्बेंस हा भाग इतक्या अरुंद जागेत असतो, की मेंदूतल्या गुंतागुंतीमुळे मध्यभागी असणाऱ्या या छोट्याशा भागापाशी पोहोचणं ही अशक्यप्राय वाटावी अशी गोष्ट असते.

मेंदूतल्या एखाद्या विशिष्ट भागावर किंवा रसायनावर लक्ष केंद्रित केल्याने आपल्याला अर्धंमुर्धं उत्तर मिळण्याचीच शक्यता असते. आपण कशा प्रकारचं जीवन जगत आहोत आणि आपली जी जीवनपद्धती आहे, त्यासाठी आपली मनं कशी बनलेली नाहीत, याचा विचार आपण करायला हवा. हे थोडं स्पष्ट करून सांगतो. मानवी मेंदूचा आकलन, भावना आणि जाणीव या तीन गोष्टींबाबत विचार केला, तर मेंदू पूर्वीपेक्षा बदललेला नाही, हे लक्षात येतं. तो शेक्सपिअरच्या काळात, ख्रिस्ताच्या किंवा क्लिओपात्राच्या काळात आणि पाषाणयुगातही तसाच होता. तो काळाच्या वेगाअनुसार विकसित होत गेला नाही. अश्मयुगीन मानवाला कधीही ईमेल्स, ब्रेकिंग

न्यूज, किंवा पॉप-अप होणाऱ्या जाहिराती, इग्गी अझेलिया (ऑस्ट्रेलियन रॅपर) व्हिडिओज बघावे लागले नाहीत. त्यामुळे आपली तंत्रज्ञानात्मक प्रगती करून घेण्याची सततची विवंचना त्यांना नव्हती. सायबर जगात यंत्रमानवासारखे न होता उलट या बदलाला सामोरे जाण्यासाठी आपण आपल्या क्षमता अधिक कशा विकसित करू शकतो, यावर आपला भर असायला हवा होता.

एक गोष्ट मात्र नक्की, आपण विज्ञानाच्या जगात फार पुढे गेलेलो नाही. विशेषतः न्युरोसायन्ससारखी शाखा तर अजून बाल्यावस्थेतच आहे. त्यामुळे आज आपल्याला जी माहिती आहे, ती भविष्यात एक तर नाकारली जाईल, किंवा ती पुन्हा तपासून घेतली जाईल. विज्ञान अशा प्रकारेच - म्हणजे सतत शंका, प्रश्न उपस्थित करूनच तर प्रगत होत राहतं. अंधश्रद्धेच्या जोरावर ते पुढे जात नाही.

त्यामुळे या क्षणी आपण काय करू शकतो किंवा आपल्याला काय करण्याची गरज आहे, तर एकमेकांचं ऐकणे! आपण अधिक चांगले होण्याचा प्रयत्न करत असताना आपल्याला काय लागू पडतं हे जाणून घेणे हेच एकमेव सत्य आहे. जर एखादी गोष्ट लागू पडत असेल, तर ती *का* लागू पडते आहे, याची काळजी करण्याचं कारण नाही. मला डायझेपाम घेऊन काहीही फरक पडला नाही. झोपेच्या गोळ्याही लागू पडल्या नाहीत. अगदी सेंट जॉन्स वॉर्ट आणि होमिओपॅथीचादेखील काहीही परिणाम झाला नाही. प्रोझॅकच्या तर मी वाटेलाच गेलो नाही, कारण ते औषध घेण्याच्या नुसत्या कल्पनेनेच माझी चिंता अधिक वाढत असे. त्यामुळे त्या बाबत मला काही सांगता येणार नाही. मात्र नंतर मी कधीही कॉग्निटीव्ह बिहेव्हीअरल थेरपीसुद्धा (या उपचार पद्धतीत विचार करण्याची आणि वर्तणुकीची पद्धती बदलून रोगावर उपचार केले जातात.) वापरून पहिली नाही. जर एखाद्या गोळीचा तुम्हांला फायदा होत असेल, तर त्याचा सेरोटोनीन किंवा इतर काही गोष्टींमुळे फायदा होत आहे का किंवा कसे - असले विचार करण्याची अजिबातच गरज नाही. फायदा होत असेल, तर गोळी घेत राहा. मी तर म्हणतो की वॉलपेपर चाटून तुम्हांला बरं वाटत असेल, तर तसं करा. मी कोणत्याही गोळ्यांच्या विरोधात नाही. ज्या कोणत्याही गोष्टीचा फायदा होत असेल, त्या गोष्टीला माझा पाठिंबा आहे. आणि तसंही कित्येक लोकांना गोळ्यांचा फायदा होतोच की! कदाचित माझ्याही आयुष्यात पुढे कधीतरी

मी गोळ्या घ्यायला लागेनसुद्धा! सध्या मला ज्याचा फायदा होतो, ते मी करतो. मला व्यायाम केला की बरं वाटतं. तीच गोष्ट योगाची! कशाततरी बुडून गेलं, विशेषतः कुणाच्या प्रेमात आकंठ बुडायला आवडतं. मी याच गोष्टी करतो. खरं सांगू का, काही वैश्विक सत्यांपेक्षा आपण स्वतःच अनेक प्रयोग करून बघणारी सर्वोत्तम प्रयोगशाळा असतो.

मेंदू हेच शरीर - भाग एक

मेंदू आणि शरीर हे दोन्ही वेगवेगळे आहेत, असाच विचार करायची **आपल्याला सवय असते**. आपल्या शरीरातला केंद्रबिंदू म्हणजे हृदय असं काही वर्षांपूर्वीपर्यंत मानलं जात असे. निदान मन आणि हृदय या एकाच पातळीवरच्या गोष्टी आहेत, असं मानलं जाई. पण आता, मन ही काहीतरी वेगळी गोष्ट आहे आणि ती उर्वरित शरीराकडून काम करून घेते, असा काहीतरी विचित्र फरक आपण करतो. जसं जमीन खणणाऱ्या जेसीबीचा चालक वर बसून ते काम करत असतो, तसंच काहीतरी!

शारीरिक आणि मानसिक आरोग्य या दोन वेगवेगळ्या संकल्पना आहेत, हा अनेकार्थांनी मोठा गैरसमज आहे. तुम्ही अतिचिंता किंवा नैराश्याने त्रस्त असाल तर त्याचा परिणाम इतर शरीरावर होतोच. उदाहरणार्थ, तुमच्या हृदयाचे ठोके वाढतात, तळवे घामाने ओलसर होतात, कुठे कुठे दुखू लागतं, कधी झिणझिण्या जाणवतात. अतिचिंतेच्या हातात हात घालून ही गोष्ट येतेच किंवा कोणता ना कोणता अवयव दुखणे आणि प्रचंड थकून जाणारं शरीर याही गोष्टी नैराश्यामुळे घडतात.

सायको

मी तेरा वर्षांचा होतो, तेव्हाच आपला मेंदू काहीतरी *वेगळा* आहे, हे मला कळून चुकलं. टूथब्रशने मस काढून टाकण्याचा प्रयत्न केला, त्यानंतर काही दिवसांनी मला हा **साक्षात्कार झाला होता.**

डर्बीशायरमधल्या पीक डिस्ट्रिक्टमध्ये मी तेव्हा होतो. आमच्या शाळेची सहल गेली होती. मुली एका हॉस्टेलमध्ये राहिल्या होत्या. खरं तर आम्ही मुलंही तिथेच राहणार होतो. पण हॉस्टेलमध्ये डबल बुकिंग झालं होतं. त्यामुळे आम्हां आठ मुलांची सोय त्या छान उबदार आणि आरामशीर हॉस्टेलपासून बऱ्याच अंतरावर असणाऱ्या एका तबेल्यात केली होती.

मला मुळात घरापासून दूर जायलाच कधी आवडायचं नाही. मला ज्या ज्या गोष्टींची चिंता किंवा भीती वाटायची, त्यात ही गोष्ट अगदी प्राधान्याने होती. आताही मला घरी जावं, आपल्या बिछान्यात पडावं, बिअट्रिस डालच्या पोस्टरकडे बघत बसावं किंवा स्टीफन किंगचं *क्रिस्टीन* वाचत पडावं - असं वाटत होतं.

बंक बेडवर सर्वांत वरती मी झोपलो होतो. बाहेर काळाकुट्ट अंधार होता, काळ्याभोर आकाशात एकही चांदणी नव्हती. तो अंधारच मी बघत बसलो होतो. त्या मुलांपैकी एकही जण माझा मित्र नव्हता. ते सगळे फुटबॉलविषयी बोलत होते. त्या विषयात मला काहीच गती नव्हती. मग तर ते थेट हस्तमैथुनाबद्दल बोलू लागले. त्याबद्दल मला थोडीफार माहिती होती, पण हा विषय असा चारचौघांत जाहीर बोलायला मला फार संकोच वाटत होता. अखेरीस मी झोप लागल्याचं सोंग घेतलं.

त्या तबेल्यात आमच्या सोबतीला एकही शिक्षक नव्हते. *लॉर्ड ऑफ द फ्लाइज* (प्रसिद्ध कादंबरी) मध्ये त्या मुलांना जसं एकटं वाटतं, तसंच

काहीतरी मला वाटत होतं. आणि ही जाणीव फारशी चांगली नव्हती. मी थकून गेलो होतोच. त्या दिवशी आम्ही जवळपास दहा मैल पायपीट केली होती... तीदेखील चिखलातून... कुजलेल्या पालापाचोळ्यातून! आत्ता सभोवतालचा दाट अंधार अंगावर येत होता. मला हळूहळू झोप लागून गेली.

आणि अचानक जाग आली ती मुलांच्या गडगडाटी हसण्याने! काहीतरी फार विनोदी घडलं असावं.

मी झोपेत काहीतरी असंबद्ध बडबड केली होती. तेरा वर्षांच्या एखाद्या मुलाची काहीतरी फजिती व्हावी आणि त्याच्याच वयाच्या दुसऱ्या मुलाने ती पाहावी, यासारखी लाजिरवाणी गोष्ट काय असेल?

झोपेत मी गायींच्या संदर्भात काहीतरी बोललो होतो आणि नेवार्कविषयीसुद्धा! आता नेवार्क हे माझं गावच! त्यामुळे त्या बाबत मी काही बोललो असेन तर ती अगदी समजण्याजोगी गोष्ट होती. पण गाय हा विषय फारच विचित्र होता. पीक डिस्ट्रिक्टमध्ये कुठेही गायी नव्हत्या. मग मला इतर मुलांनी सांगितलं की, केल्हॅम नेवार्कमध्ये आहे,' असं मी बरळत होतो. (नेवार्कपासून काही अंतरावर केल्हॅम होतं. तिथे टाउन कौन्सिल होती आणि शहर नियोजन विभागात माझे वडील आर्किटेक्ट होते.) आता घडलेल्या विनोदी प्रकारावर हसण्याचा मीदेखील खूप प्रयत्न केला. पण मी जाम दमलो होतो... पुरता थकून गेलो होतो. शाळेची सहल म्हणजे एका अर्थी दुसरी शाळाच असते. आणि वयाच्या अकराव्या वर्षापासूनच मला शाळा कधीही आवडली नाही. तेव्हा मी जरा आडगावातल्या एका शाळेत जायचो. त्या शाळेत एकूण विद्यार्थीच फक्त २८ होते. आणि आता मी मॅगडेलीन हायस्कूलमध्ये होतो. या शाळेत तर पहिल्या वर्षी सतत पोटदुखीचा बहाणा करण्याचाच माझा प्रयत्न असायचा. अर्थात माझ्या या बहाण्यावर कुणीही फारसा विश्वास ठेवत नसे, हेही खरं!

असो, तर आत्ता त्या विनोदी प्रसंगानंतर मला पुन्हा झोप लागली. आणि पुन्हा जाग आली तेव्हा मी थरथरत होतो. मी उठून उभा होतो. बोचरी थंडी जाणवत होती. मग अचानक लक्षात आलं की माझ्या हातातून रक्त वाहत होतं. हात रक्ताने माखला होता. काहीतरी चमकत होतं. काच! माझ्या तळहातात काच घुसली होती. तिथल्या खिडकीची काच फुटून एक तुकडा माझ्या हातात घुसला होता. भीतीने मी गारठून गेलो.

इतर सगळी मुलंही जागी झाली. पण आता कुणीही हसत नव्हते. एक शिक्षकही तिथे आले असावेत... माझ्या हाताच्या जखमेवर पट्टी लावावी लागली.

झालं असं होतं, झोपेतच मी उठलो आणि वेड्यासारखा ओरडत होतो. बहुतेक पुन्हा गायींच्याविषयीच! (गायी येत आहेत... गायी येत आहेत – असं काहीतरी!) मग मला बाथरूमला जायचं होतं, तर मी दुसऱ्या मुलाच्या बिछान्याकडेच गेलो. तेव्हा खिडकीच्या काचेवर मी धडकलो. मग जेव्हा एका मुलाने माझा हात हलवून मला जागं करण्याचा प्रयत्न केला, तेव्हा मी भानावर आलो.

झोपेत चालण्याची ही माझी पहिली वेळ नव्हती. आधीच्या वर्षी मी असाच झोपेत चालत माझ्या बहिणीच्या खोलीत गेलो होतो. तिच्या खोलीत जाऊन तिच्या शेल्फवरची पुस्तकं घेतली होती. कारण मी लायब्ररीमध्ये आलोय, असं मला वाटत होतं. पण आजवर बाहेर असा चारचौघांत कधीच प्रकार झाला नव्हता.

हे सारं घडलं आणि मला नवीन नाव मिळालं – *सायको!* मला भयानक संताप आला. अगदी वेड्यासारखं झालं. पण प्रत्यक्षात याहूनही वाईट काही घडू शकलं असतं. सुदैवाने प्रेमळ आईवडील, खास दोस्त मंडळी, माझी बहीण हे सगळे माझ्या आयुष्यात होते. या सगळ्यांशी मी भरपूर बोलू शकत होतो. थोडक्यात काय, तर माझं आयुष्य तसं निवांत होतं. इतर चार लोकांसारखंच होतं. पण कधीकधी मनावर एकटेपणा स्वार होत असे. फार एकटं एकटं वाटत असे. नैराश्य नव्हतं ते. पण मला कुणीही समजून घेत नाही – ही खास पौगंडावस्थेतली उदासीची जाणीव होती. पण मी तरी मला स्वतःलाच पूर्ण कुठे समजलो होतो.

अनंत गोष्टींबद्दलची चिंता मला कुरतडत राहायची. अणुयुद्ध, इथियोपियातली परिस्थिती या सगळ्या गोष्टींची काळजी वाटत राहायची. माझ्या मनाला कोणत्या गोष्टीची काळजी वाटत नसेल, तर ती गोष्ट म्हणजे – 'चिंता' हीच! पण या गोष्टीबाबत काही विचार करायला, काही ठोस पाऊल उचलायला अजून अकरा वर्षं जावी लागणार होती.

जेंगाचे दिवस

झोपेत खिडकीवर धडकून आता **अकरा वर्षं होऊन गेली होती.** ते माझे ब्रेकडाउनचे दिवस होते, असं आता मी म्हणतो. माझ्याकडे आता भरपूर रिकामा वेळ होता. चिंता चेहऱ्यावर घेऊन मी वावरत असे.

माझे आईबाबा सकाळी उठून कामाला जात. मग माझ्या आणि अँड्रियाच्या समोर घरात अख्खा दिवस उभा राही. या दिवसांबद्दल लिहिणंसुद्धा फार विचित्र आहे. म्हणजे, त्याबद्दल लिहायला फारसं काहीच नाहीये. बाहेरून दिसायला, माझ्या आयुष्यातला हा सर्वांत रिकामा काळ होता. काही घडतच नव्हतं.

सांगायचं झालं, तर मी अँड्रियाबरोबर लहानपणी ज्या खोलीत झोपत असे, त्या खोलीत किंवा खालच्या मजल्यावर स्वयंपाकघरात गप्पा मारत बसत असे. कधीतरी दुपारी आम्ही जवळच चक्कर मारून येत असू. आमच्या घरापासून अगदी दोन-तीनशे मीटरवर असणाऱ्या कोपऱ्यावरच्या दुकानापर्यंत आम्ही चालत जायचो किंवा एखाद्या दिवशी धाडस करून जरा लांब असणाऱ्या ट्रेंट नदीच्या काठी फिरायला जायचो. शहराच्या दुसऱ्या भागात ही नदी होती. हे सारे रस्ते मला अगदी लहानपणापासून परिचित होते. इथे चालण्यात माझा चांगला वेळ जात असे. (पण आता मीही पूर्वीसारखा राह्यलो नव्हतो, मग हे रस्ते तरी तसेच कसे राहणार?) काही वेळा आम्ही वर्तमानपत्रं, ब्रेड आणि सूपचा डबा घेऊन घरी यायचो. घरी आलो की थोडा पेपर वाचायचो आणि सूप बनवायचो. कधीतरी रात्रीच्या जेवणाच्या तयारीला मदत करायचो. बस्स! इतकंच! गप्पा, बसणे आणि चालणे. त्यात लॉरेन्स ऑफ अरेबियासारखं भव्य काहीही नव्हतं. चोवीस वर्षांच्या दोन तरुण जिवांना हाताळता येईल इतकं साधं-सुमार आयुष्य होतं ते.

आणि तरीही... तेच दिवस माझ्या आयुष्यात मी सर्वांत तळमळीने जगलो. त्या दिवसांत हजारो लहानमोठ्या संघर्षांना मी सामोरा गेलो. आज त्यानंतर साडेचौदा वर्षं उलटली आहेत. आणि आता मी त्या दिवसांतल्या वेदनादायी आठवणींचा न भिता विचार करू शकतो. पण त्या वेळी निराशेने मी पूर्ण उद्ध्वस्त झालो होतो. लोक सांगायचे, ''रोजचा दिवस जग. रोजच्या दिवसाचा विचार कर.'' आणि मला वाटायचं, लोकांना सांगायला काय जातंय? रोजचा दिवस मला एखाद्या पर्वतासारखा समोर यायचा. एक आठवडा घालवायचा म्हणजे हिमालयात ट्रेकिंग केल्यासारखे कष्ट व्हायचे. लोक म्हणतात, की काळ हा जणू आपला सोयरा असतो... पण तो फार दुष्ट असतो, तो आपल्याला विद्ध करून टाकतो.

सापेक्षतावादाचा सिद्धान्त समजून घ्यायचा असेल तर प्रेम आणि वेदना यांतला फरक लक्षात घ्या, असं आइनस्टाईनने म्हटलं आहे. ''ज्या मुलीवर तुम्ही प्रेम करता, तिच्या सहवासात एक तास एखाद्या सेकंदासारखा भासतो. पण एखाद्या लालबुंद निखाऱ्यावर एखादा सेकंद बसलात, तर तो अख्ख्या तासासारखा वाटतो.'' मला बरं वाटू दे, याच्या जोडीला माझी आणखी एक इच्छा होती, ती म्हणजे वेळ भराभर जाऊ दे. सकाळचे नऊ वाजलेले पाहिले की वाटायचं लगेच १० वाजले पाहिजेत. सकाळ झाली की झटकन दुपार व्हायला हवी, असा विचार यायचा आणि २२ सप्टेंबरचा दिवस उजाडला की वाटायचं आज २३ सप्टेंबर असायला हवा. उजाडलं की अंधार केव्हा पडतोय, असं वाटत असे आणि काळोख दाटून आला की उजेडाचे वेध लागायचे. लहान असताना माझ्याकडे पृथ्वीचा गोल होता. तो अजून घरी होता. कधी तरी मी तो वेगाने फिरवत बसायचो. भराभर गतीने तो फिरवून पटकन पुढच्या सहस्रकात पृथ्वीला घेऊन जावं, असं तेव्हा मनोमन वाटायचं.

काही काही लोकांना पैशांचा हव्यास असतो, तसं मला काळाबाबत वाटत असे. माझ्या जवळ असणारं ते एकमेव शस्त्र होतं. पैशांची नाणी जमवावीत, तसे तास आणि मिनिटं मी मोजून साठवत होतो. माझ्या मनात चिंतेच्या लाटा जशा येत तसंच हे विचारही आशेची पताका फडकवत येत. *आज ३ ऑक्टोबर! म्हणजे ते घडून गेलं त्याला बावीस दिवस झाले...*

जितका जास्त वेळ जात असे, तेवढे माझ्या मनात दोन विचार येत. एक म्हणजे – मी अजून जिवंत आहे, आणि दुसरा विचार – मी कुणाला

गैर समजत नाहीये. याचाच अर्थ मी या परिस्थितीतून बाहेर येऊ शकतो. पण नेहमी हे समाधान मिळत नसे. जेंगा या खेळात कसे एकावर एक ठोकळे ठेवतात, तसाच मी जणू दिवस रचत असे... आणि आपण प्रगतीची वाटचाल करतोय, असा विचार करत असे. पण एक दिवस असा येई, की तो मनातला डोलारा कोसळून जाई. आणि या पाठोपाठ मला पाचेक तासांचा पॅनिक अ‍ॅटॅक येत असे. किंवा काहीतरी अशुभाच्या भीतीने एखादा दिवस झाकोळून जात असे. आणि जेंगाप्रमाणे उभारलेला दिवसांचा डोलारा जमीनदोस्त होऊन जात असे.

धोक्याची लक्षणे

नैराश्याची धोक्याची **लक्षणं** फार अवघड असतात.

त्यातही ज्या लोकांना नैराश्याचा थेट अनुभव नसतो, त्यांना जर ती लक्षणं जाणवायला लागली तरी ती समजत नाहीत. यात एक भाग असाही असतो की काही लोकांच्या मनात नैराश्य म्हणजे नेमकं काय, या बाबतच गोंधळ असतो. सामान्यतः 'निराश' हा शब्द आपण 'दुःखी' या शब्दाचा समानार्थी म्हणूनच वापरत असतो. तेही ठीकच आहे. कारण आपण अनेकदा 'उपासमार होणे' हा शब्द आणि 'भुकेलेले असणे' याही दोन गोष्टी एकच आहेत अशा प्रकारे वापरत असतो. प्रत्यक्षात मात्र 'उपासमार' आणि 'किंचित भूक लागणे' यांत जसा फरक आहे, नेमका तोच फरक 'नैराश्य' आणि 'दुःख' किंवा 'उदासी' यात आहे.

नैराश्य हा एक आजार आहे. पण या आजारात अंगावर पुरळ येणे किंवा खोकला होणे अशी बाह्य लक्षणं दिसून येत नाहीत. याची लक्षणं अदृश्य असतात, त्यामुळे बहुतेक वेळा ती लक्षात येणं, ही कठीण गोष्ट असते. हा खरं तर इतका गंभीर आजार आहे, तरीही नैराश्यग्रस्त लोकांनाही तो प्रथमतः ओळखू येत नाही. या आजारात वाईट वाटत नाही, असं होत नाही... काहीतरी खुपत असतं, पण ती वाईट वाटण्याची भावना असते ती चटकन लक्षात येत नाही. कारण इतर अनेक गोष्टींत ती हरवून जाते आणि गोंधळ उडतो. उदाहरण देतो. आपण कशाच्याही योग्य नाही, असं तुम्हांला वाटलं, तर 'आपली काहीही योग्यता नाही म्हणून *आपण* नालायक आहोत', असा विचार मनात येतो. थोडक्यात काय, तर असे विचार ही या आजाराची घंटा आहे, आजाराचं लक्षण आहे, हेच कळून येत नाही. आणि हे लक्षात आलं, असं घटकाभर गृहीत धरलं, तरी स्वतःला कमी लेखायची

वृत्ती, त्या जोडीला प्रचंड थकवा या गोष्टींमुळे या बाबत बोलण्याची फारशी इच्छा किंवा क्षमताही नसण्याची शक्यता असू शकते.

नैराश्याची ही काही अनेकदा दिसून येणारी लक्षणं आहेत.

प्रचंड थकवा – कोणत्याही कारणाशिवाय एखाद्याला सतत थकवा जाणवणे.

स्वतःबद्दल कमी आदर – ही गोष्ट लक्षात येणं फार अवघड असतं, विशेषतः दुसऱ्याबाबत हे चटकन कळून येत नाही. याचं मुख्य कारण म्हणजे ज्या व्यक्तींना स्वतःबद्दल अतिशय कमी आदर असतो, त्या आपल्या मनातले विचार, भावना पटकन व्यक्त करत नाहीत. त्यात आणखी एक पैलू असा असतो की स्वतःबद्दल कमी आदर असणे या गोष्टीचा आणि जगात मोकळेपणाने वावरणे या गोष्टीचा तसा थेट काहीही संबंध नसतो.

मानसिक परिणामांमुळे स्नायूंना येणारे शैथिल्य – नैराश्यग्रस्त काही व्यक्तींबाबत सावकाश हालचाली आणि सावकाश बोलणे या गोष्टी आढळून येतात.

भूक न लागणे – अर्थात काही वेळा प्रचंड भूक लागणे हेदेखील एक लक्षण असू शकते.

चिडचिड होणे – खरं सांगायचं तर, हे लक्षण कोणत्याही आजारात दिसून येऊ शकतं.

सतत रडू येणं.

ॲन्हेडोनिया – हा शब्द मी प्रथम ऐकला तो वूडी ॲलनचा सिनेमा *ॲनी हॉलसंदर्भात!* या सिनेमाचं मूळ नाव ॲन्हेडोनिया हे होतं. या शब्दाचा अर्थ – कोणत्याही गोष्टीचा आनंद न घेता येणे असा आहे. सूर्यास्त, उत्तम चवीचं खाणं किंवा ऐंशीच्या दशकातल्या अभिनेता चेव्ही चेसच्या विनोदी मालिका बघणं अशा साध्या साध्या गोष्टींतूनदेखील आनंद घेता न येणे म्हणजे ॲन्हेडोनिया!

अचानक येणारी अंतर्मुखता – एखादी व्यक्ती नेहमीपेक्षा अचानक शांत राहू लागली, अबोल झाली तर ती नैराश्यग्रस्त असू शकते. (अनेकदा मीही काहीही बोलू शकत नसे. माझी जीभच मला हलवता येत नाहीये, असं वाटायचं. कशाला बोलायचं, आपण बोलणं अर्थहीन आहेच, पण इतर लोक जे काही बोलत आहेत, तेही निरर्थक आहे, संदर्भहीन आहे, असा विचार मनात येत असे.)

पिशाच्च

गाडीत माझ्या शेजारी **भूत बसलं होतं**. म्हणजे ते होतंही आणि नव्हतंही!

तो भास नव्हता, हे नक्की! थीम पार्कमध्ये भुतं कशी दाखवतात, तसं ते पारदर्शकही नव्हतं. पण... ते होतं... आणि नव्हतंसुद्धा! मी डोळे मिटून घेतले, तेव्हा होतं आणि डोळे उघडले तेव्हाही. माझ्या मनात जे चित्र होतं ते आता झटक्यात वास्तवात दिसत होतं. समोर चमकत होतं. पण ते चित्र मी *पाहिलेलं नव्हतं* तर *कल्पनेतलं होतं.*

ते भूत किंवा पिशाच्च... जे काही होतं, ते अगदी ठेंगणं दिसत होतं. म्हणजे जेमतेम तीन फूट. राखाडी रंगाच्या त्या भुताच्या चेहऱ्यावर खोडकर भाव होते. एखाद्या कॅथेड्रलवर पाणी जाण्यासाठी पन्हाळी असते आणि तिच्या तोंडाशी आ वासलेलं एखाद्या प्राण्याचं तोंड असतं, त्यातून ते पाणी वाहून जातं. त्या तोंडासारखं मान वर करून ते माझ्याकडे हसून बघत होतं. आणि मग अचानक ते त्याच्या जागेवरून उठलं आणि माझा चेहरा चाटू लागलं. त्याची जीभ भली मोठ्ठी आणि कोरडी होती. माझा चेहरा चाटत राहिलं ते! त्याने मला मुळीच घाबरवलं नव्हतं. अर्थात जरा भीती वाटत होतीच. स्वाभाविकच होतं ते! मी सतत भीतीतच राहत होतो. पण त्या भुताने त्याहून भयानक भीती मला घातली नाही. उलट त्याने मला जरा बरंच वाटत होतं. म्हणजे ते मला प्रेमाने किंवा काळजीने चाटत होतं. जणू मला काही जखम झाली असावी आणि मला बरं वाटावं, अशी काळजी ते घेत होतं.

आमची गाडी नॉटिंगहॅम थिएटर रॉयलकडे धावत होती. *स्वॉन लेक* हा बॅले बघायला आम्ही निघालो होतो. त्यात हंसांच्या भूमिकेत सगळे पुरुष कलाकार होते. माझी आई सांगत होती. अँड्रिया समोर ड्रायव्हरशेजारच्या

सीटवर बसून आईचं बोलणं शहाण्या मुलीसारखी शांतपणे ऐकून घेत होती. आई नेमकं काय बोलत होती, हे मला आत्ता आठवत नाही, ती बोलत होती, इतकंच मला आठवत आहे. मी इतकाच विचार करत होतो, की *हे सगळं फार विचित्र आहे. आई मॅथ्यू बोर्नविषयी काहीतरी सांगतीय आणि तिच्या ज्या मित्रांनी हा बॅले पाहिला आहे, त्यांच्याविषयी बोलतीय. मागे... गाडीत मागच्या सीटवर एक आनंदी भूत आहे आणि ते माझा चेहरा चाटत आहे.*

आता हा चेहरा चाटण्याचा प्रकार मला जरा त्रासदायक होऊ लागला. मी त्या भुताला घालवून देण्याचा प्रयत्न केला... किंवा ती कल्पना झटकून टाकण्याचा प्रयत्न केला. पण त्यामुळे तो प्रकार आणखीच त्रासदायक बनला. ते भूत चेहरा चाटतच राहिलं. त्याच्या जिभेचा माझ्या चेहऱ्याला होणारा स्पर्श मला जाणवत नव्हता. पण एक भूत माझा चेहरा चाटत आहे, ही कल्पनाच मला ती जाणीव करून द्यायला पुरेशी होती. माझा मेंदू मला ती गुदगुल्यांची जाणीव करून देत होता.

ते भूत हसलं. आम्ही थिएटरमध्ये गेलो. त्या हंसांनी नृत्य केलं. माझ्या हृदयाची धडधड वाढतीय, असं मला वाटलं. तिथला तो अंधार, ते बंदिस्त वातावरण, माझ्या आईने धरलेला माझा हात – या सगळ्या गोष्टी त्रासदायक वाटत होत्या. पण बस्स! तो प्रकार संपला. पण नाही... संपलं नव्हतं. मी तसाच माझ्या खुर्चीत बसून राहिलो होतो.

अतिचिंता आणि नैराश्य हे अगदी सर्रास आढळून येणारं मानसिक आजाराचं कॉकटेल आहे. ते विचित्र रूपात असं मिसळून येतं. मी अनेकदा डोळे मिटून घेत असे आणि विचित्र गोष्टी बघत असे. पण आता कधीकधी मला असं वाटतं की ज्या गोष्टींची मला भीती वाटत असे, त्यांपैकी एखाद्या गोष्टीबद्दलची भीती प्रचंड वाढली, तर असं काहीतरी घडत असे. आणि अशी प्रचंड भीती वाटल्याने किंवा भयगंडामुळे ज्या गोष्टी अस्तित्वातच नाहीयेत किंवा घडल्याच नाहीयेत अशा गोष्टी दिसणं हे नैराश्याचं कदाचित एक लक्षण असू शकतं.

ज्यांची भीती वाटावी असं काहीच नसेल, आणि तरी तुम्ही धास्तावलेले असाल तर हळूहळू तुमचा मेंदूच तुम्ही घाबरून जाल अशा गोष्टी, विचार तुम्हांला पुरवायला लागतो. आणि मग 'भीती या एकाच

गोष्टीची भीती वाटते' हे वाक्य हा केवळ अर्थहीन टोमणा उरतो. कारण भीती ही एकमेव गोष्ट पुरेशी असते. एका प्रकारे तो राक्षस असतो.

आणि अर्थातच,

''राक्षस... दैत्य खरोखर असतात. आणि भुतंही खरंच असतात. ती आपल्या आत राहत असतात आणि कधीकधी ती जिंकतातसुद्धा!'' असं स्टीफन किंगने म्हटलं आहेच.

अंधार पडला होता. आमचं घर शांत होतं. म्हणून आम्हीही शांत राहण्याचा प्रयत्न करत होतो.

''आय लव्ह यू.'' ती माझ्या कानात कुजबुजली.

''आय लव्ह यू.'' मी तिला कुजबुजत उत्तर दिलं.

आम्ही किस केलं. आम्ही एकमेकांना जवळ घेतलं असताना, एकमेकांचं चुंबन घेत असताना आमच्या भोवताली भुतं गोळा झाली होती. ती आमच्याकडे बघत होती, असं मला वाटत होतं. आणि हळूहळू जमलेली ती भुतं माझ्या मनातून निघून गेली.

अस्तित्व

आयुष्य फार कठीण आहे. ते सुंदर असेल, विलोभनीय असेल, पण ते कठीणही आहे. लोक आयुष्याचा फार विचार न करूनच त्याच्याशी जुळवून घेण्याचा प्रयत्न करतात, असं वाटतं. पण काही लोकांना हे जमत नाही. आणि अखेरीस आयुष्य ही मानवी गोष्ट आहे. आपण विचार करतो, म्हणून आपण 'आहोत'. आपण म्हातारे होणार, आजारी पडणार आणि मरून जाणार, असा विचार आपण करत असतो. आपण ज्यांना ओळखतो, ज्यांच्यावर आपण प्रेम करतो त्या प्रत्येकाच्या बाबतीत हेच घडणार आहे, हे आपल्याला ठाऊक असतं. याच गोष्टीमुळे प्रेम आयुष्यात प्रथम क्रमांकावर असतं, हे आपण लक्षात ठेवलं पाहिजे. या विश्वात फक्त आणि फक्त मनुष्यप्राण्याला नैराश्य येत असेल. पण मनुष्य ही एकमेव उल्लेखनीय जमात आहे. फक्त मनुष्यप्राण्याने काय काय गोष्टी केल्या आहेत. संस्कृती, भाषा, कथा, प्रेमगीतं वगैरे. *किअॅरस्क्युरो* ही एक विशेष संज्ञा आहे. छाया आणि प्रकाशाचा (विशेषतः चित्रात) जो खेळ साधला जातो त्यासाठी ही संज्ञा वापरली जाते. रेनेसाँ काळात चितारण्यात आलेल्या ख्रिस्ताच्या चित्रात गडद छायेचा मुद्दाम वापर करण्यात आला आहे. कारण त्या पार्श्वभूमीवर चित्रात रेखाटलेल्या प्रकाशात ख्रिस्त झळाळून उठलेला दिसतो. मृत्यू किंवा विनाश आणि खरं तर कोणतीही वाईट गोष्ट ही चांगल्याच्या दिशेनेच आपल्याला नेत असते. ही गोष्ट स्वीकारायला अवघड आहे, तरीही हे खरं आहे. एमिली डिकीन्सन ही सर्वकालीन प्रसिद्ध कवयित्री! तिला कधीतरी गर्दीत जायची भीती वाटायची. तिने म्हटल्याप्रमाणे – ''गेला क्षण पुन्हा परतून येत नाही, यातच आयुष्याचा गोडवा आहे.'' (That it will never come again is what makes life so sweet.)

भाग ३

उदय

रॉय निअरी : *''डोळे मिटा आणि श्वास रोखून धरा. मग सगळ्या गोष्टी छान घडून येतील.''*

– स्टीव्हन स्पीलबर्ग,
क्लोझ एन्काउंटर्स ऑफ द थर्ड काइंड

नैराश्याचा पहिला झटका येतो, तेव्हा तुम्ही काय विचार करता?

१. आता मी मरणार.

२. मी ठार वेडा होणार आणि त्यातून मी कधीच बरा होणार नाही.

३. हे कधीही संपणार नाही. याला अंतच नाही.

४. आता परिस्थिती अधिक बिघडत जाणार.

५. कुणाच्याच हृदयाची धडधड इतक्या जोराने होत नसेल.

६. मी वेगाने फार पुढच्या गोष्टींचा विचार करतोय.

७. मी दुष्ट सापळ्यात अडकलो आहे.

८. असा विचार आजवर अख्ख्या मानव जातीत कुणीही आणि कधीही केला नाही.

९. माझे हात बधिर का झाले आहेत?

१०. यातून मी कधीच बरा होणार नाही.

आणि जेव्हा तुम्हाला नैराश्याचा १०००व्या वेळी त्रास होतो...

१. पुन्हा हा प्रकार घडतोय.
२. हे सारं मी अनुभवलेलं आहे.
३. पण अजून हे तेवढंच वाईट आहे.
४. मला मरण येऊ शकतं.
५. नाही... मी मरणार नाही.
६. मी सापळ्यात अडकलो आहे.
७. आतापर्यंतची ही सगळ्यांत वाईट परिस्थिती आहे.
८. नाही... नाही. स्पेनमध्ये काय घडलं होतं, ते आठवतंय ना?
९. माझे हात बधिर का झाले आहेत?
१०. मी यातून बाहेर येईन... बरा होईन.

स्वतः आव्हानाला सामोरं जाण्याची कला

जेव्हा नैराश्याने **माझा** पुरता ताबा घेतला होता, त्या वेळी अनेक संबंधित मानसिक आजारांची माहिती मी करून घेतली होती. आपल्याला गोष्टींचे ठोक विभाग करण्याची फार आवड असते. बघा ना, आपण किती गोष्टी विभागून टाकतो. आपण आपली शिक्षण व्यवस्था विविध विषयांत विभागली आहे. आपली पृथ्वी आपण अनेक देशांत विभागली आहे. आणि पुस्तकांचेही विषयानुरूप प्रकार केले आहेत. पण प्रत्यक्षात वास्तव हे धूसर असतं. उदाहरणार्थ, एखाद्याचं गणित चांगलं आहे, असं आपण मानलं तर सामान्यपणे तो भौतिकशास्त्रातही कुशल असणार हे गृहीत धरलं जातं. तसंच नैराश्य असेल, तर त्याच्या सोबत इतरही अनेक गोष्टी असण्याची शक्यता असते. चिंता, काळजी, काही प्रकारचे भयगंड, कमी-अधिक प्रमाणातला मंत्रचळ वगैरे. (मला सतत गिळत राहण्याची सवय होती.)

काही काळ गर्दीत जाण्याची भीती मला होती, आपल्या लोकांपासून दूर जाण्याची चिंता वाटत असे.

मी स्वतः किती गोष्टी करू शकतो, हे माझ्या प्रगतीचं परिमाण होतं.

बाहेर असताना माझ्या सोबत अँड्रिया किंवा माझे आई किंवा बाबा नसतील तर मला फार अवघड होत असे. पण असे क्षण टाळण्यापेक्षा मी ते मुद्दाम ओढवून घेत असे. ही फार त्रासदायक आणि दमछाक करणारी गोष्ट असे, कारण त्यामुळे मला भीतीला सामोरं जावं लागायचं. पण त्याचा फायदा मात्र झाला, असं मला वाटतं.

एखाद्या दिवशी मला फार धीर येत असे. मग मी आपणहून काहीतरी फार धाडसी अशी गोष्ट सांगायचो. ''मी दुकानात जाऊन दूध घेऊन येतो आणि मार्माईटसुद्धा!''

मग अँड्रिया माझ्याकडे बघत विचारायची, ''*एकटा* जाशील?''

''हो! एकटाच... काळजी नको करू. मी व्यवस्थित जाऊन येईन.'' मी उत्तर द्यायचो.

ही गोष्ट १९९९मधली. तोवर मोबाइल फोन्स आले नव्हते. त्यामुळे आपला आपण एकटा जाऊन येतो, याचा अर्थ तोपर्यंत तरी खरोखर 'एकटाच' असा होता.

माझी भीती वाढून माझा निर्णय बदीलू नये म्हणून अत्यंत गडबडीने मी ओव्हरकोट घ्यायचो, पटकन पैसे घेऊन शक्य तितक्या लवकर घराबाहेर पडायचो. माझ्या आईबाबांच्या रस्त्यावर - म्हणजे वेलिंग्टन रोडवर पोहोचेपर्यंत अंधार दाटून यायचा. तो अंधार जणू माझ्या कानात कुजबुजतोय, असं वाटत असे. कोपऱ्यावर वळून मी स्लीफोर्ड रोडवर येत असे. तिथल्या घरांना केशरी रंगांच्या विटांच्या गच्च्या होत्या, जाळीदार पडदे लावलेले असत. माझं मन हळूहळू प्रचंड असुरक्षिततेने जड व्हायला लागे. मी एखाद्या अंतराळ यानात बसलोय आणि आता ते पृथ्वीच्या कक्षेबाहेर निघालं आहे, असं वाटायला लागत असे. थोडक्यात, माझी ही कोपऱ्यावरच्या दुकानापर्यंतची चालत चक्कर नसायची. माझ्यासाठी जणू ही *अपोलो 13ची* मोहीमच असायची.

मग मी स्वतःलाच समजावत असे, ''ठीक आहे. ठीक आहे.''

कुत्र्याला फिरायला घेऊन आलेल्या एखाद्या माणसाच्या जवळून मी जात असे. पण लोक माझ्याकडे दुर्लक्ष करत किंवा माझ्याकडे पाहून त्यांच्या चेहऱ्यावर आठ्या उमटत किंवा सगळ्यांत वाईट गोष्ट म्हणजे - ते माझ्याकडे बघून हसत. मग मीही त्यांच्याकडे बघून हसत असे. मग मात्र माझं डोकं मला चांगलीच शिक्षा देत असे.

नैराश्य आणि अतिचिंता या गोष्टींसंदर्भातली ही विचित्र गोष्ट आहे - आनंदाची प्रचंड भीती वाटणे. मग खरं तर, तो आनंद तुम्हांला अगदी मनापासून हवा असला, तरीही! त्यामुळे तुम्ही हसलात- अगदी खोटं हसलात, तरी तुम्हांला त्याचा त्रास होतो. आणि नैराश्यात अशा गोष्टींना परवानगीच नसते, हे तुम्हांला ठाऊक असतं. त्यामुळे अशा गोष्टींची काही करून भरपाई करावीशी वाटते.

विचित्र वागणूक! एकट्याने बाहेर जाणे या गोष्टीची जाणीव फार अनैसर्गिक असते. भिंतींविना छप्पर हा विचार कसा वाटतो, तशी काहीतरी! मला आता समोर दुकान दिसत असतं. त्यावरची अक्षरं – 'लाँन्डिज' अजून लांबवर आणि छोटी दिसत असतात. तिथपर्यंत पोहोचायचं तर... प्रचंड उदासी आणि भय मनात भरून राहिलेलं असतं.

मी हे करू शकणार नाही. माझ्या समोर त्यासाठी काहीच मार्ग नाही.

दुकानापर्यंत पोहोचण्यासाठी माझ्या समोर कोणताही रस्ताच दिसत नाही. मी माझा माझा तिथे कसा पोहोचू? दूध कसं घेऊ? आणि मार्माईट?

आता असाच तू घरी परत गेलास तर तू अधिक दुबळा ठरशील. आता काय करणार आहेस तू? सरळ घरी परत जाऊन तुझ्या विश्वात हरवून जाणार आहेस तू? असाच जर घरी परत गेलास तर त्याच पांढऱ्या भिंतीत आत्ताच्यापेक्षा अधिक सुरक्षित वातावरणात राहावं लागेल तुला! त्यापेक्षा आता दुकानापर्यंत जा. अरे, साधं दुकान आहे ते. तू दहा वर्षांचा असल्यापासून तिथे एकटा जात आला आहेस! एकेक पाउल टाक. खांदे ताठ करून मागे झुकव. मोठा श्वास घे.

असा विचार येताच हृदय म्हणायचं...

लक्ष देऊन नको. या विचारांकडे दुर्लक्ष कर.

ऐक... बूमबूमबूमबूमबूमबूम

दुर्लक्ष कर.

आणि ऐक... ऐक ऐक ऐक...

आणि इतरही अनेक गोष्टी जोडीने असायच्या.

मनात किती चित्रं तयार व्हायची. ती थेट भयपटांत शोभून दिसावीत अशी असायची. एक प्रत्यक्षात न बनवलेला हॉरर सिनेमाच मनात दिसू लागत असे. डोक्याच्या मागून अनंत सुया आणि पिना टोचल्यासारख्या वाटू लागत आणि मग ती बोच हळूहळू मेंदूपर्यंत जात असे. हात बधिर होऊन जात. सगळं शरीर पूर्ण पोकळ झालं आहे अशी जाणीव, आपण

विरघळून गेलो असल्याची जाणीव आणि प्रचंड काळजीमुळे भुतासारखं बनलो आहोत असं वाटू लागत असे. साधा श्वास घ्यायलाही त्रास होत असे. हवा विरळ होत जातीय, असं वाटत असे. मग श्वास घेण्यासाठी मला सगळ्या प्रयत्नांनिशी चित्त एकाग्र करावं लागत असे.

चालत राहा... दुकानात जा... जा तिथे!

मी दुकानात जात असे.

अँड्रिया माझ्या बरोबर असली किंवा नसली तरी काही ठिकाणी मला भयंकर भीती वाटत असे, अशा काही जागा होत्या, त्यांपैकी एक म्हणजे दुकानं! दुकानांत गेलो, की मला प्रचंड भीती, काळजी वाटू लागत असे. त्या वेळी नेमकं काय व्हायचं, हे मला कधीच समजलं नाही.

दुकानातल्या विशिष्ट प्रकाशयोजनेमुळे असं व्हायचं का?

की दोन्हीकडे मांडलेल्या वस्तूंच्या मधल्या ओळींच्या भौमितीय रचनेमुळे हे होत असेल?

CCTV कॅमेऱ्यांमुळे?

का कदाचित असं होत असेल... वेगवेगळे ब्रँड्स स्वतःकडे लक्ष वेधून घ्यावं म्हणून जोरजोरात ओरडत असतील आणि आपण आपल्या विचारात असताना त्यांच्या या ओरडण्यामुळे आपल्याला काहीही सुचेनासं होत असेल? हे तर फक्त लॉन्डिज होतं. हायपरमार्केट! भलं मोठं दुकान! त्याचे दरवाजे उघडे होते, त्याच्या समोरच रस्ता होता. तो रस्ता माझ्या आईबाबांच्या घराच्या रस्त्याला जाऊन मिळत असे आणि माझ्या आईबाबांच्या त्या घरात अँड्रिया होती. तिच्यात माझं जग सामावलेलं होतं. जर मी धावत सुटलो असतो, तर कदाचित एखाद्या मिनिटात घरी पोहोचलो असतो.

पण मी माझं लक्ष एकाग्र करण्याचा प्रयत्न केला. मी *कोको पॉक्स, फ्रॉस्टीज, क्रंची नट कॉर्न फ्लेक्स, शुगर पफ्स* अशा काही गोष्टी पाहिल्या, ते खूप टणक आहेत, असं वाटलं. त्या पफ्सवरचा तो हनी मॉँस्टर आतापर्यंत कधीही खऱ्याखुऱ्या राक्षसासारखा दिसला नव्हता. मी इथे कशाला आलो होतो? मला स्वतःला सिद्ध करण्याशिवाय दुसरा काय हेतू होता?

फार विचित्र होतं. आत्तापर्यंत मी कधीही अशी विचित्र गोष्ट केलेली नव्हती.

ते केवळ एक दुकान होतं.

केवळ एक दुकान. या दुकानात यापूर्वी शेकडो वेळा तू एकट्याने आलेला आहेस. स्वतःला सांभाळ. आवर घाल... पण कशावर आवर घालायचा? कशावर पकड ठेवायची? कारण इथे पकड ठेवावी असं काहीही नाहीये. सगळंच फार निसरडं आहे. आयुष्य हे कठीण आहे... कायमच! हजार कामं तुम्हांला एका वेळी करावी लागतात... अन् मी जणू काही हजार वेगवेगळी माणसं आहे... जी मध्यबिंदूपासून दूर पळून जात आहेत.

माझं मानसिक आरोग्य बिघडायच्या आधी मला त्याचा *शारीरिक* पैलू लक्षात आला नव्हता. तुमच्या डोक्यात ज्या काही गोष्टी घडत असतात, त्याच्या संवेदना जाणवतात. माझ्या मेंदूला झिणझिण्या येत, तिथे घरघर जाणवे, फडफडही होत असे, खाली-वर हलत आहे असं वाटत असे. या सगळ्या गोष्टी माझ्या कवटीच्या मागच्या बाजूला आणि कानाच्या पाळीच्याही मागे घडत आहेत, असं वाटायचं. पण त्याच वेळी कवटीच्या पुढच्या भागातही टीव्हीमध्ये जशी खरखर जाणवते, तसा आवाज भरून राहिला आहे असंही वाटायचं. तुम्ही खूप विचार केला, तर ते विचार प्रत्यक्ष घडत आहेत, असं वाटतं.

फ्लॉबर्टचं वाक्य आहे, ''अगदी छोट्याशा जागेत मोठी गर्दी होते, तसे तुम्ही एका मिनिटात अमर्याद विचार करू शकता.''

बास झालं, लवकरात लवकर या दुकानातून बाहेर पड. फार झालं. आता यापुढे तुला शक्यच नाही. आता तुझ्या मेंदूचा स्फोट होईल.

आयुष्य हा डेव्हिड क्रोनेनबर्गचा सिनेमा आहे का?

पण, मी पुन्हा तसाच पडेन... इबिझामध्ये जसं झालं होतं तसंच होईल. खरं अंडरवर्ल्ड खूप खूप खाली असे... बेसमेंटमध्ये... मी त्या दिशेने चाललो तर आहे. आणि माझी अवस्था एका कवितेत उल्लेख केलेल्या जायबंदी सैनिकासारखी होईल. मी विव्हळत पडेन नुसता... काही कळणार नाही मला. पण मी मला संपवूही शकणार नाही आणि या दुकानात थांबलो तर तीच वेळ माझ्यावर येऊ शकते.

तिथे काउंटरच्या मागे एक बाई होती. मला आजही ती लख्खपणे आठवतीय. साधारण माझ्याच वयाची होती ती! कदाचित ती माझ्या शाळेतही असू शकेल. पण मला आत्ता अजिबात मुळीच ओळखू येत नाहीये. तिचे केस लाल रंगाने अर्धवट रंगवलेले होते. अंगाने चांगली मजबूत आणि फिक्कट वर्णाची होती ती! कुठलंतरी सेलेब्रेटी मासिक ती वाचत होती. अत्यंत शांत दिसत होती. मला एका क्षणात तिच्यासारखं व्हावं असं वाटत होतं. तिच्यासारखं नाही, तीच व्हावं असं वाटत होतं. हा वेडेपणा होता का? अर्थातच! हा सगळा वेडेपणाच होता.

इंडियाना जोन्स आणि मार्माईटचं देऊळ

मला मार्माईट दिसलं. मी ते झटकन घेतलं. तेव्हा माझ्या डोक्यात एक गाणं वेगात वाजत होतं. जुनं रॅप. एरिक बी. आणि राकिमचं. त्याचे शब्द होते - I am also a sculpture, born with structure... पण मी मात्र कोणतीही रचना नसणारं शिल्प होतो. तर या रचनारहित शिल्पाला अजून दूध घ्यायचं होतं. त्या फ्रीजमध्ये ओळीने रचून ठेवलेल्या दुधाच्या बाटल्या इतक्या भयानक आणि अनैसर्गिक असू शकतात... माझे आईवडील सेमी-स्किम्ड दूध घेतात. त्या पॉइंटमध्ये उपलब्ध होत्या. मी दूध आणि मार्माईट घेऊन काउंटरपाशी आलो.

बूमबूमबूमबूमबूम.

मला ती बाई बनायचं होतं, ती तिच्या कामात फारशी चपळ नव्हती. तिथल्या सगळ्या लोकांत तीच सर्वांत थंडपणे कामं करत होती. काही दुकानांत सेल्फ सर्व्हिस असते, त्या ठिकाणीसुद्धा ती थंडपणेच वागत असणार, असं मला वाटलं. मला ती बनायचं होतं, पण तिचा हा थंडपणा मला अजिबात आवडला नाही.

''आवर पटकन!'' अर्थात हे वाक्य मी बोललो नाही. ''तू काय करतो आहेस, याची काही कल्पना आहे का तुला?''

मला भूतकाळात शिरून तिच्या वेगाने आयुष्य नव्याने सुरू करावंसं वाटत होतं आणि जरा वेळाने असं काही करू नयेसं वाटू लागलं. थोडक्यात मला जरा सावकाश वेग हवा होता.

''तुम्हांला पिशवी हवीय?''

खरं तर मला पिशवी हवी होती. पण ते तिला सांगून तिचा थंडपणा आणखी सहन करण्याचा धोका मी पत्करू इच्छित नव्हतो. जेव्हा तुमच्या शरीराचा प्रत्येक कण कमालीचा अधीर झाला आहे, त्या वेळी शांतपणे काहीही न करता उभं राहणं, ही फार अवघड गोष्ट असते.

माझ्या मेंदूत काहीतरी विचार भन्नाट वेगाने घुसला. मी डोळे बंद केले. बुटके राक्षस माझ्याकडे बघून माझी खिल्ली उडवत आहेत, असं मला वाटत होतं. माझा हा वेडेपणा म्हणजे एखाद्या कार्निव्हलच्या मिरवणुकीतली गंमत असावी, असं त्यांना वाटत होतं.

''पिशवी नको, मी इथे जवळच कोपऱ्यावर राहतो.'' मी म्हणालो.

झर्रकन वळलो.

तिला पाच पौंडची नोट दिली. ''सुट्टे पैसे राहू देत,'' असं सांगितलं.

मी जरा विचित्र आहे, ही गोष्ट आता बहुतेक तिच्याही लक्षात यायला लागली होती. मी झटकन दुकानाबाहेर पडलो... आता पुन्हा एकदा भव्य आणि मोकळ्या जगात मी होतो. जितक्या भराभर चालता येईल, तेवढ्या वेगाने मी चालत होतो. पण मला धावायचं नव्हतं. कारण मी पळत सुटलो असतो, तर तो माझा पराभव झाला असता. बोटीच्या डेकवर पडलेल्या आणि पुन्हा पाण्यात जाण्यासाठी तडफडणाऱ्या माशासारखी माझी अवस्था झाली होती.

''ठीक आहे, ठीक आहे, ठीक आहे...'' असा माझा मीच मला धीर देत होतो.

कोपऱ्यावर वळलो, तेव्हा मी, ''आता या वेलिंग्टन रोडवर ओळखीचं कुणीही दिसायला नको,'' असा मनातल्या मनात धावा करत होतो... कुणीही भेटायला नको... तो रस्ता पूर्ण मोकळा होता. खास उपनगरीय वातावरण असलेला. व्हिक्टोरिअन छापाची घरं एकमेकांसमोर उभी होती.

मी ३३ नंबरच्या घरापाशी आलो. माझ्या आईबाबांचं घर. घंटा वाजवली. अँड्रियाने दार उघडलं. मी आत गेलो. पण, तरीही माझ्या मनात निवांतपणाची भावना नव्हती. कारण कोपऱ्यावरच्या दुकानातून कसाबसा जाऊन आलो आहे आणि घरी आल्यावर माझ्या मनात सुटकेची भावना आहे, हे कळलं तर ही गोष्ट माझ्या आजारावर शिक्कामोर्तब झाल्यासारखं आहे, मी बरा नाही, हे कळणार – हा विचार करण्याइतकं माझं मन तत्पर होतं. *पण, माझ्या मना, कुणी सांगावं, एक दिवस तू दुकानातल्या त्या मुलीसारखा शांत होशीलही!*

''तू एकटा जाऊन आलास. तुला जमलं.'' अँड्रिया म्हणाली.

'हो.' मी म्हणालो. माझ्या या उत्तरावर मला विश्वास ठेवायचा प्रयत्न करावा लागत होता.

''तुला आपण अजून बरं करणार आहोत.'' ती म्हणाली.

पण ही गोष्ट सोपी नाही. एका नैराश्यग्रस्त व्यक्तीसाठी ही गोष्ट सोपी नाही.

दोन काळांतला संवाद - भाग दोन

तेव्हाचा मी : मी हे करू शकत नाही.

आत्ताचा मी : हे जमणार नाही, असं तुला वाटतंय. पण तू हे करू शकशील.

तेव्हाचा मी : पण ही वेदना! ही किती भयंकर असते, हे तू विसरला असशील. मी आज एका दुकानात एस्कलेटरने गेलो. मी सगळ्यापासून तुटत दूर चाललो आहे, असं वाटत होतं मला. सगळं विश्व मला जोरात दूर ढकलत आहे, असं वाटत होतं. इथेच जॉन लेविसमध्ये.

आत्ताचा मी : हो, बहुतेक हे मी विसरलो होतो. पण आता ऐक, इकडे बघ. मी इथे आहे. आत्ता मी इथेच आहे. मला त्या विचारातून बाहेर यायला जमलं. आपल्या दोघांना ते जमलं. थोडा धीर धर. बास!

तेव्हाचा मी : तू अजून जिवंत आहेस, यावर मला विश्वास ठेवावासा वाटतोय. मी तुला मारून टाकलं नाही... यावरही!

आत्ताचा मी : तू मला मारलं नाहीस, मारत नाहीयेस आणि मारणारही नाहीस.

तेव्हाचा मी : तू जिवंत का राहायला हवास? इतकी वेदना सहन करण्यापेक्षा काहीही आणि असलीही जाणीव न होणंच बरं नाही का? उणे एक हजारावर राहण्यापेक्षा शून्यावर राहणं कधीही बरं नाही का?

आत्ताचा मी : ऐक, जरा ऐकून घे. मनातून हे विचार काढून टाक. तू करू शकतोस. या सगळ्याच्या पलीकडे आयुष्य आहे... आ-यु-ष्य! तुला कळतंय ना? तिथे तुला आनंद देणाऱ्या अनेक गोष्टी आहेत. चिंतेची चिंता करणं थांबव. हां, चिंता कर... त्याला काही पर्याय नाही. पण अतिचिंता नको.

तेव्हाचा मी : तू म्हातारा दिसतोयस. तुझे पाय कावळ्याच्या पायांसारखे आहेत. तुझे केसही गळायला लागलेत का?

आत्ताचा मी : होय. पण एक लक्षात घे. या गोष्टींची चिंता... काळजी आपण नेहमीच केली आहे. तुला आठवतं का आपण दहा वर्षांचे होतो, तेव्हा सुट्टीसाठी डॉर्डोइनला गेलो होतो? आपण अगदी जवळून आरशात स्वतःला निरखून बघत होतो आणि त्या वेळी आपल्या कपाळावर दिसणाऱ्या रेषांची आपल्याला काळजी वाटत होती. म्हातारपणी दिसणाऱ्या लक्षणांची काळजी आपल्याला तेव्हापासून वाटत होती. कारण आपल्याला मृत्यूची भीती होती. नेहमीच!

तेव्हाचा मी : तुला अजून मृत्यूची भीती वाटते का?

आत्ताचा मी : हो! वाटते ना!

तेव्हाचा मी : जगण्यासाठी मला काहीतरी कारण हवं आहे. काही असं कारण, जे मला जिवंत ठेवेल... तगवून ठेवेल.

आत्ताचा मी : ठीक आहे... मला एक मिनिट दे...

जगण्यासाठीची कारणं

१. तुम्ही नैराश्यात असताना जणू परग्रहावरच असता. तुम्ही कोणत्या परिस्थितीचा सामना करत आहात, हे इतरांना कळत नसतं. पण, खरं तर सारे जण तुमची परिस्थिती जाणत असतात. तुम्हांला ते पटत नाही कारण तुम्ही हा एकमेव संदर्भबिंदू असतो. यापूर्वी कधीही *तुम्ही* असा अनुभव घेतलेला नसतो आणि जी घसरण झालेली असते, त्याच्या धक्क्यामुळे तुम्ही विद्ध झालेले असता. त्रास होत असतो. पण इतर सगळे तिथे असतातच. लक्षावधी लोकांत तुम्ही खोल खोल गर्तेत असता.

२. आता परिस्थिती अधिक वाईट होऊच शकणार नसते. तुम्हांला स्वतःला मारून टाकण्याची इच्छा होत असते. याहून वाईट आता काही घडणार नसतं. इथून आता वर जाण्याचा, चांगल्या परिस्थितीकडे जाण्याचाच मार्ग असतो.

३. स्वतःचा तिरस्कार वाटत असतो तुम्हांला! कारण तुम्ही संवेदनशील असता. तुम्ही स्वतःबद्दल जितका विचार करता तेवढा इतर लोक करू लागले, तर जवळपास प्रत्येक व्यक्तीकडे स्वतःचा तिरस्कार करण्याचं कारण असेल. माणूस म्हणून आपण सगळे फार बेक्कार आहोत, पण आपण तितकेच चांगलेही आहोत.

४. 'निराश' किंवा 'उदास' असं लेबल तुम्हांला मिळालं म्हणून काय झालं? प्रत्येकाने योग्य व्यक्तीला विचारलं, तर त्यांनाही असं लेबल मिळेल.

५. ''सगळं काही वाईटच होणार आहे,'' अशी तुमच्या मनातली भावना हे फक्त एक लक्षण आहे.

६. मनाची हवामानासारखी लक्षणं असतात. तुम्ही आत्ता चक्रीवादळात अडकले आहात. पण लक्षात ठेवा, चक्रीवादळाचा तडाखा, त्याची ताकद हळूहळू ओसरत जाते. त्यामुळे धीर ठेवा.

७. या आजाराला जो कलंक चिकटला आहे, त्याकडे संपूर्ण दुर्लक्ष करा. प्रत्येक आजाराशी कधी ना कधी कलंक निगडित होताच. आपल्याला आजारी पडायचीच भीती वाटते. आणि कोणतीही योग्य माहिती नसताना भीतीमुळे गैरसमज वाढत जातात. उदाहरणार्थ, पोलिओ या आजाराची सांगड अगदी चुकीच्या समजातून दारिद्र्याशी घातली जात असे. तसंच, नैराश्य म्हणजे 'दुर्बलता' किंवा व्यक्तिमत्वाचं अपयश असं समीकरण जुळवलं जातं.

८. कोणतीही गोष्ट ही कायमस्वरूपी नसते. ही वेदनाही कायमची नाही. वेदना तुम्हांला घाबरवत असते, ती जाणार नाही, असं सांगत असते... पण ती धादांत खोटं बोलत असते. त्यामुळे तिच्याकडे दुर्लक्ष करा. वेदना म्हणजे काळाअनुसार फेडलेलं ऋण असतं, ते संपतं.

९. मनं बदलतात, व्यक्तिमत्त्वात परिवर्तन होतं. माझ्याच द *ह्युमन्समधला* हा परिच्छेद इथे देतो. ''तुमचं मन म्हणजे एखाद्या आकाशगंगेसारखं असतं. ते प्रकाशमान असण्यापेक्षा अंधारं अधिक असतं. पण जो प्रकाश असतो, तो त्याला अधिक चांगलं बनवतो. आपल्या मनातला हा प्रकाश 'स्वतःला मारू नको,' हे सांगत असतो. जेव्हा मिट्ट काळोख असतो, तेव्हाही! आयुष्य एका जागी थांबत नाही, हे नेहमी लक्षात ठेवा. वेळ ही गोष्ट अंतराळासारखी असते. तुम्ही आकाशगंगेतून प्रवास करत असता. चांदण्या लागतील वाटेत... फक्त प्रतीक्षा करा.''

१०. या वेदनेवर मात करणारा आनंद एक न् एक दिवस तुम्ही अनुभवाल. द बीच बॉय्ज (प्रसिद्ध बँड) ऐकताना अत्यानंदाने तुमच्या डोळ्यांतून घळाघळा पाणी वाहेल. एखादं छोटं बाळ तुमच्या मांडीवर गाढ झोपलं असेल, तेव्हा त्याच्या चेहऱ्याकडे बघताना तुम्ही सगळं काही विसरून जाल. तुम्ही फार छान मित्र जोडाल. आजवर कधीही न खाल्लेल्या चवदार पदार्थांचा आस्वाद घ्याल. एखाद्या उंच ठिकाणी उभं राहून खोल दरीच्या सौंदर्याचा आनंद घ्याल आणि उंचावरून खाली पडून आपण मरून जाऊ, या भीतीचा लवलेशही तुमच्या मनात

नसेल. न वाचलेली अनेक पुस्तकं वाचताना तुम्ही समृद्ध होत जाल, पॉपकॉर्नचं मोठ्ठं पाकीट हातात घेऊन सुंदर सिनेमांचा आनंद घ्याल. तुम्ही बेभान होऊन नाच कराल, खळखळून हसाल, सेक्सचा आनंद घ्याल. नदीकाठी धावायला जाल, रात्री उशिरापर्यंत मनसोक्त गप्पा मारत जागाल आणि पोट दुखेस्तोवर हसाल. आयुष्य तुमची वाट बघत आहे. या ठिकाणी भले अडकून पडला असाल तुम्ही, पण हे जग इथेच असणार आहे. ते तुम्हांला सोडून कुठेही जाणार नाही. म्हणूनच थांबा... आयुष्य फार बहारदार आहे.

प्रेम

आपण सगळेच मुळात एकटे असतो. ही वस्तुस्थिती अनेकदा विसरायचा प्रयत्न केला तरी अखेरीस हेच सत्य आहे. जेव्हा आपण आजारी पडतो, तेव्हा तर या सत्यापासून सुटका नसतेच. कोणत्याही प्रकारची वेदना ही तुम्हांला एकटं पाडते. आत्ता हे लिहीत असताना माझी पाठ दुखतीय. मी सोफ्यावर पाठ टेकून झोपलो आहे आणि माझे पाय वर भिंतीला चिकटून उभे केले आहेत. मी जर एखाद्या लेखकाच्या पोझमध्ये बसून, समोरच्या वहीत किंवा लॅपटॉपमध्ये जरा वाकून लिहायला लागलो, तर माझी कंबर दुखायला लागते. वास्तविक लाखो लोकांना पाठदुखीचा त्रास असतो, पण त्यामुळे माझी पाठ नेमकी कधी आणि कशामुळे दुखायला लागेल, हे मला समजत नाही.

मग प्रेम या गोष्टीचे एवढे अवडंबर का? आपण ज्या व्यक्तीवर अगदी जिवापाड प्रेम करतो, तिलाही आपण वेदनामुक्त करू शकत नाही, दुखण्यातून वाचवू शकत नाही, हे सत्य आहे.

आता मी काही गोष्टी तुम्हांला सांगतो. कदाचित हे ऐकायला गोड गोड वाटू शकेल. पण तुम्हांला खरंच सांगतो, माझा या गोष्टीवर पूर्ण विश्वास आहे. मला प्रेमानेच वाचवलं आहे. अँड्रिया! होय, तिच्यामुळेच मी वाचलो आहे. तिचं माझ्यावर असणारं प्रेम आणि माझं तिच्यावरचं! यामुळेच! आणि एकदा नाही... तर पुन्हा पुन्हा!

मी आजारी पडलो, त्याआधी पाच वर्षं आम्ही सोबत आहोत. तिच्या १९व्या वाढदिवसाच्या आदल्या रात्रीपासून अँड्रियाला काय मिळालं? सततची आर्थिक असुरक्षितता? अपुरा... पुरेसा आनंद न देणारा आणि दारू पिऊन केलेला सेक्स?

युनिव्हर्सिटीमध्ये आमच्या सर्व मित्रांना वाटायचं की आमची जोडी सगळ्यांत आनंदी आहे. आणि आम्ही आनंदात होतोही, फक्त उरलेला अर्धा वेळ आम्ही मुळीच आनंदात नसायचो. दुःखी जोडी होती आमची!

यातली सर्वाधिक रोचक गोष्ट काय होती, तर आम्ही मुळातच एकमेकांपेक्षा फार वेगळे होतो. अँड्रियाला छानपैकी लोळत पडायला आवडत असे. ती झोपायचीही लवकर. आणि मी? मला अजिबात लवकर झोप यायची नाही. घुबडच म्हणा ना! तिला शिस्तीत कामं करायला आवडत असे. कामाबद्दलची तिची अगदी काटेकोर तत्त्वं होती. मी अगदी उलट होतो. (अर्थात, ही मला नैराश्याची देन आहे.) तिला व्यवस्थितपणा कमालीचा आवडे आणि मी तिच्या आयुष्यातला पराकोटीचा अव्यवस्थित इसम होतो. आमच्या दोघांचं एकत्र येणं म्हणजे क्लोरीन आणि अमोनिया हे दोन पदार्थ एकत्र येण्यासारखं होतं आणि ही अजिबातच चांगली कल्पना नव्हती.

पण मी तिला हसवत असे, असं ती म्हणते. माझ्या बरोबर तिला 'मजा' यायची. आम्हांला एकमेकांशी गप्पा मारायला आवडायचं. आम्ही दोघेही आमच्या आमच्या पद्धतीने जरा बुजरे आणि खासगीपणा जपणारे होतो. अँड्रिया सामाजिक वर्तुळात वावरत असताना, समोरच्या माणसाअनुसार बदलत असे. एक प्रकारे तिच्यातला हा दयाळूपणा होता. जर एखाद्याला संकोच वाटत असेल, तर तिला अजिबात चालत नसे, मग तिच्या परीने जुळवून घेण्यासाठी ती जास्तीतजास्त प्रयत्न करायची. मी जर तिला काही दिलं असेल, तर ते म्हणजे मी तिला ती आहे तशी राहण्याची संधी दिली.

शोपेनहावर या तत्त्ववेत्त्याने म्हटल्याप्रमाणे, ''इतरांप्रमाणे होण्याचा आपण प्रयत्न केला तर आपल्या व्यक्तिमत्त्वापैकी तीन चतुर्थांश भाग आपल्याला सोडून द्यावा लागतो,'' हे जर सत्य असेल, तर खरं प्रेम तुमच्यातल्या त्या हरवलेल्या गोष्टी पुन्हा मिळवून देतं. हे स्वातंत्र्य आमच्या लहानपणीच केव्हा तरी आम्ही गमावून बसलो होतो. प्रेम म्हणजे, तुमच्या विचित्रपणासह तुम्ही ज्या व्यक्तीबरोबर राहू शकता, अशा व्यक्तीचा शोध!

तर, मी तिला ती जशी आहे तशी राहण्यासाठी मदत केली आणि तेच तिने माझ्या बाबतीत केलं. हे आम्ही एकमेकांशी भरपूर बोलून केलं. आम्ही भेटलो, त्या पहिल्या वर्षी तर आम्ही अनेक रात्री जागून गप्पा मारल्या.

विद्यार्थी असताना मी हलमधल्या शार्प स्ट्रीट या रस्त्यावर राहत होतो. रात्र झाली की त्याच रस्त्यावर दुसऱ्या टोकाला असणाऱ्या एका वाइन शॉपमध्ये आम्ही जायचो. आम्हांला न परवडणारी एखादी वाइन आम्ही विकत घ्यायचो. तिच्या सोबतीने रंगणाऱ्या गप्पा सकाळी माझ्याकडे तेव्हा असणाऱ्या हिताचीच्या टीव्हीवर ब्रेकफास्ट-प्रोग्राम बघताना संपत असत. त्या टीव्हीवर चित्र बघायचं म्हणजे सतत त्याची ॲन्टेना हाताने नीट करावी लागायची.

एका वर्षाने जरा वेगळी मजा सुरू झाली. आम्ही द *रिव्हर कॅफे कूकबुक* विकत घेतलं. मग आमच्या त्या विद्यार्थ्यांच्या नमुनेदार घरात डिनर पार्ट्या सुरू झाल्या. आम्ही पन्झानेल्ला सलाड आणि उंची वाइनचा बेत करून त्यांची खातिरदारी करायचो.

तरीही आमचं नातं 'परफेक्ट' होतं असं समजू नका. कारण ते तसं खरोखरच नव्हतं. आणि अजूनही ते तसं नाही. आमचं इबिझामधलं वास्तव्य हे तर सर्वाधिक मोठं भांडणच होतं, असं मला वाटतं.

आता हे बघा :

''मॅट, ऊठ.''

'काय?'

''ऊठ, अरे, साडेआठ वाजले आहेत.''

'मग?'

''मला १० वाजता ऑफिसला पोहोचायला हवंय. मला तिथे पोहोचायला ४५ मिनिटं गाडीने लागतात.''

''जाऊ दे... कुणाला काय कळणार आहे. इबिझामध्ये आहोत आपण!''

''तू किती स्वार्थी वागतोयस.''

''मी प्रचंड थकलो आहे.''

''अजून तुला हँगओव्हर आहे. रात्रभर तू व्होडका-लेमन पीत बसला होतास.''

''माझा वेळ चांगला गेला... सॉरी. तूपण एकदा ते घेऊन बघ.''

''फक् ऑफ... मी गाडीत बसते आहे.''

''काय? तू मला या व्हिलामध्ये एकट्याला सोडून जाऊ शकत नाहीस. तेही दिवसभर! मी असा मध्येच एकटा पडेन. काहीच करता येणार नाही मला. घरात खायलाही काही नाहीये, दहा मिनिटं थांब.''

''मी निघालीय... मला कंटाळा आलाय तुझा!''

'का?'

''तुला इथे राहायचं आहे. माझी नोकरी आहे म्हणून आपण इथे राहू शकतोय. त्या नोकरीमुळेच आपण या व्हिलामध्ये आहोत.''

''तू आठवड्यात सहा दिवस काम करतेस. दर दिवशी बारा तास काम करतेस. तुझ्या कामावरचे लोक तुला पिळून घेताहेत. ते सगळे अजून क्लब्जमध्ये पडले असतील. कुणीही बाराच्या आधी ऑफिसात आपलं तोंड दाखवणार नाहीत. ते तुला भाव देतात. कारण तू कामाबाबत वेडी आहेस. त्यांच्या समोर तू नांगी टाकतेस, त्यांचं हवं ते ऐकतेस आणि इथे मला मात्र कचऱ्यासारखी वागवतेस.''

''बाय, मॅट!''

''अग ए, फक् ऑफ... तू जाणार नाहीयेस... खरंच जाणार आहेस तू?''

''स्वार्थी कुठला...''

''बरं *बाई*... मी तयार होतो.''

असे वाद... पण खरं सांगू का, ही भांडणं वरवरची होती. वादळातल्या लाटेच्या खाली शांत... स्थिर पाणी असतं. आम्हीही असेच होतो. आम्ही का भांडायचो, तर आमच्यातल्या अशा भांडणांचा अगदी खोलवर परिणाम होणार नाही, हे आम्हांला ठाऊक होतं. जेव्हा दुसऱ्या व्यक्तीच्या सहवासात असताना, तुम्ही जसे आहात तसे वागू शकता, तेव्हाच तुमच्या मनातलं असमाधान, तुमची खदखद तुम्ही अगदी उघडपणे व्यक्त करू शकता. इबिझामध्ये असताना मी अजिबात खूश नव्हतो. जेव्हा मी खूश नसतो, त्या वेळी मौजमजेच्या गोष्टींमध्ये मी स्वतःला पुरता बुडवून टाकतो, हा माझा स्वभाव आहे.

आता उपचारांच्या क्षेत्रात वापरली जाणारी संज्ञा वापरायची, तर मी 'डिनायल'मध्ये होतो. म्हणजे वस्तुस्थिती नाकारण्याच्या मानसिकतेत होतो.

मी माझ्या मनातलं दुःख, माझी नाखुशीसुद्धा नाकारत होतो. एक चिडचिडा आणि सतत नशेच्या अमलाखाली असणारा बॉयफ्रेंड बनलो होतो.

आणि तरीदेखील... ती मला आवडत नाही – असं मी म्हटलं असेल किंवा असा विचार माझ्या मनात आला असेल, असा एकही क्षण मला आठवत नाही. मी तिच्यावर मनापासून प्रेम करत होतो. मैत्री–प्रेम आणि प्रेम–प्रेम. *फिलीया* (ग्रीक भाषेतला अपरंपार प्रेमासाठीचा शब्द) आणि *इरॉस* (शारीर प्रेमासाठी वापरली जाणारी ग्रीक संज्ञा)! आम्हां दोघांच्या बाबतीत मैत्री आणि प्रेम ही गोष्ट सर्वाधिक महत्त्वाची ठरली. नैराश्याने जेव्हा माझा ताबा घेतला, त्या वेळी अँड्रिया माझ्या सोबत सतत होती. तिने फार प्रेमाने मला सांभाळलं. आणि त्यातून बाहेर येण्यासाठी जे जे करायला हवं त्या सगळ्या गोष्टी तिने माझ्या सोबत केल्या.

जिच्याशी बोलावं, काहीही सांगावं अशी तीच होती. तिच्या सहवासात असणं म्हणजे एका अर्थाने माझ्याच बाह्य रूपाच्या संगतीत असणं होतं.

एके काळी आमच्या भांडणात दिसणारी तिच्यातली ऊर्जा आणि त्वेष या दोन्ही गोष्टी आता तिने माझी गाडी रुळावर आणण्यासाठी वापरल्या. डॉक्टरांकडे जाताना ती सोबत यायची. योग्य हेल्पलाइन्सची मदत घ्यायला तिने मला उद्युक्त केलं. तिच्याच पुढाकाराने आम्ही आमच्या स्वतःच्या जागेत आलो. वाचन करायला, लेखन करायला तिने मला फार प्रोत्साहन दिलं. आम्हां दोघांसाठी तिने पैसे कमावले. तिने आमच्या नात्याला वेळ दिला. आमच्या आयुष्यात ज्या गोष्टी सुव्यवस्थित करण्याची आवश्यकता होती, ती सर्व आघाडी तिने सांभाळली.

चिंता आणि अंधार या गोष्टींनी रिकाम्या केलेल्या आमच्या आयुष्यातल्या अनेक जागा तिने भरल्या. तिचं आणि माझं मन जणू जुळं बनून गेलं. ती आयुष्यभराची सहचरी होती. आणि माझ्या व्यक्तिमत्त्वातली अर्धी बाजू जेव्हा पार संपून गेली होती, त्या वेळी ती माझी उरलेली अर्धी बाजू बनून राहिली. माझी बेटर हाफ! तिने माझं रक्षण केलं आणि जेव्हा मी स्वतःच हरवून बसलो होतो, त्या वेळी युद्धावर गेलेल्या आपल्या पतीची संयमाने प्रतीक्षा करणाऱ्या युद्धपत्नीप्रमाणे ती, मी परतून येण्याची वाट बघत राहिली.

एखाद्या नैराश्यग्रस्त किंवा अतिचिंतेने त्रस्त व्यक्तीला कशी मदत कराल?

१. तुमची त्या व्यक्तीला गरज आहे आणि तुम्ही आहात, याचं त्यांना बरं वाटत आहे, हे लक्षात ठेवा. आणि त्यांनी तुम्ही असल्याबद्दल तुमचं कौतुक केलं नाही, तरी तुमची गरज आहे हे ओळखा.

२. ऐकून घ्या.

३. उगीचच 'धीर धरा' किंवा 'चिअर अप' अशा सूचना देऊ नका. तुम्ही तपशिलाने आणि पूर्ण सूचना देऊ शकणार असाल, तरच बोला. (कठोर प्रेम दाखवून उपयोग असतो. नेहमीचं जुन्या पद्धतीचं 'प्रेमच' कामी येतं.)

४. हा एक आजार आहे, हे लक्षात घ्या. यात ज्या म्हणायच्या नाहीत अशा गोष्टी बोलल्या जाऊ शकतात.

५. तुम्ही स्वतः याबद्दल माहिती घ्या, शिकून घ्या. दुकानात जाणे अशा गोष्टी तुमच्यासाठी फार सहज सोप्या असतील, पण एका नैराश्यग्रस्त व्यक्तीसाठी काही गोष्टी अशक्यप्राय असू शकतात.

६. कोणतीही गोष्ट फार वैयक्तिकरीत्या घेऊ नका. ताप आलेल्या, संधिवात झालेल्या किंवा थकवा आलेल्या व्यक्तीचं बोलणं जसं मनाला लावून घेत नाही, त्याचप्रमाणे नैराश्यग्रस्त व्यक्तीचंही घेऊ नका. यात तुमची काहीही चूक नसते.

७. संयम ठेवा. गोष्टी सोप्या नसणार आहेत, हे ध्यानात घ्या. नैराश्य सतत खाली-वर होत राहते. भरती-ओहोटीप्रमाणे बदलत राहते. ते कधीही स्थिर नसते. त्यामुळे कोणताही एक आनंदाचा किंवा वाईट

प्रसंग – नैराश्य कमी झालं आहे किंवा वाढलं आहे, व्यक्ती बरी झाली आहे किंवा पुन्हा नैराश्याच्या गर्तेत सापडली आहे हे ठरवण्यासाठी – पुराव्यासारखा वापरू नका. ही दीर्घकालीन गोष्ट आहे, हे लक्षात घ्या.

८. ते जिथे आहेत तिथे त्यांना भेटा. तुम्ही काय करू शकता, हे त्यांना विचारा. सगळ्यांत महत्त्वाची गोष्ट तुम्ही करू शकता, ती म्हणजे – त्यांच्या सोबत राहा.

९. त्यांच्या ऑफिसमधला किंवा आयुष्यातला एखादा तणाव दूर करता आला, तर जरूर करा.

१०. नैराश्याने ग्रस्त असणाऱ्या व्यक्तीला आधीच आपण विचित्र आहोत, असं वाटत असतं. त्यांच्या मनातली ही भावना शक्यतो वाढू देऊ नका. तीन दिवस सोफ्यावरून हललाही नाही? पडदे उघडले नाहीत? कोणते मोजे घालायचे अशा साध्या गोष्टी अवघड होऊन बसल्या आहेत, त्यावरून रडू येतंय? काहीही हरकत नाही... नॉर्मल असणे याची सगळ्यांची व्याख्या एकच असत नाही. ही व्यक्तिसापेक्ष गोष्ट आहे. या पृथ्वीतलावर नॉर्मल असणे या गोष्टीच्या सात अब्ज व्याख्या आहेत.

एक क्षुल्लक क्षण

तो क्षण आला. या क्षणाची मी वाट बघत होतो. साल २०००चा एप्रिल महिना! त्यात फार काही नव्हतं. तसा क्षुल्लक होता तो क्षण! खरं तर त्याबद्दल लिहिण्यासारखेही काही नाही. तो क्षण, काहीही नसल्याची जाणीव करून देणारा क्षण होता. चित्त थाऱ्यावर नसणारा, तब्बल दहा सेकंद मी जागा होतो, पण त्या वेळात मी माझ्या नैराश्याबद्दल किंवा अतिचिंतेबद्दल विचार केला नाही. मी कामाबद्दल विचार करत होतो. माझा एक लेख वर्तमानपत्रात छापून आणण्याचा प्रयत्न करत होतो. अर्थात तो काही फार आनंदाचा क्षण नव्हता, तो एक तटस्थ क्षण होता. पण दाटून आलेल्या ढगांमधला तो एक आशेचा किरण होता. सूर्य अजून कुठेतरी प्रकाशतो आहे, याची ग्वाही देणारा! हा क्षण फार काळ टिकला नाही, पण या क्षणानंतर जेव्हा पुन्हा ढग दाटून आले, त्या वेळी माझ्या मनात आशा होती. एक वेळ अशी येईल की आशेचा हा सेकंद मिनिट होईल... तास होईल आणि कदाचित पूर्ण दिवसही होईल...!

ज्या गोष्टींसाठी मला नैराश्यापेक्षा अधिक सहानुभूती मिळाली

टिनायटस म्हणजेच कानाचा आजार झाला.

ओव्हनमध्ये माझा हात भाजला आणि त्यानंतर आठवडाभर कुठलंतरी विचित्र मलम लावून मला हातमोजा घालून ठेवावा लागला होता.

चुकून माझा पाय आगीवर पडला.

नोकरी गेली.

माझ्या पायाचे बोट मोडले.

कर्जबाजारी झालो.

नदीला आलेल्या पुरात आमच्या सुंदर घराचे १०,००० पौंडांचे नुकसान झाले.

ॲमेझॉनवर वाईट परीक्षणं आली.

नोरोव्हायरसचा संसर्ग झाला.

११ वर्षांचा असताना माझी सुंता करावी लागली.

कंबरदुखी.

फळा माझ्या अंगावर पडला.

इरिटेबल बॉवेल सिंड्रोम हा आजार.

अतिरेकी हल्ल्याच्या वेळी मी अगदी जवळच्या रस्त्यावर होतो.

इसब झाला.

जानेवारी महिन्यात हलमध्ये राहावे लागले.

नाती तुटणे.

कोबीच्या गोदामात काम.

प्रसार माध्यमांच्या क्षेत्रात 'सेल्स' म्हणजेच विक्रीविभागात काम.

विषारी प्रॉन खाल्ला.

तब्बल तीन दिवस अर्धशिशीचा त्रास.

एखाद्या परग्रहवासीयासाठी पृथ्वीवरचं आयुष्य

ज्या लोकांना नैराश्याचा काहीही अनुभव नाही, त्यांना त्याविषयी समजावून सांगणं **अवघड आहे.**

ही गोष्ट म्हणजे एखाद्या परग्रहवासीयाला पृथ्वीवरचं आयुष्य कसं आहे, हे समजावून सांगण्यासारखं आहे. कारण नैराश्य म्हणजे काय हे माहीतच नसलेल्या व्यक्तीबाबत ते संदर्भबिंदूच नसतात. मग तुम्हांला सतत उपमा, उदाहरणं यांचा आधार घ्यावा लागतो.

जसं,

तुम्ही बोगद्यात अडकून पडला आहात.

महासागराच्या तळाशी तुम्ही आहात.

धगधगत्या आगीत अडकला आहात.

यात सगळ्यांत महत्त्वाची गोष्ट असते, ती या आजाराची नेमकी तीव्रता दुसऱ्याला समजेल, अशा पद्धतीने सांगणं. ती आपल्या भावनांच्या नेहमीच्या कक्षेत बसत नाही. जेव्हा तुम्ही त्यात असता, तेव्हा खरोखरच त्यात असता. त्यातून बाहेर पडायचं असेल, तर तुम्हांला आयुष्यातून बाहेर पडावं लागतं. कारण तेच आयुष्य *असतं*. तुमचा प्रत्येक अनुभव त्याच्या चाळणीतूनच पुढे जातो. त्यामुळेच प्रत्येक गोष्ट इथे अवाजवी मोठी होऊन समोर येते. सामान्य माणूस रोज ज्या गोष्टी सहजपणे पाहतो, त्या गोष्टी नैराश्यग्रस्त व्यक्तीने पाहिल्यावर त्याचा परिणाम त्यांच्या बाबतीत खूप मोठा होतो. सूर्य ढगांत मावळतो आणि त्याचा हवेवर परिणाम होतो आणि तुम्हांला एखाद्या मित्राचा मृत्यू झाल्यासारखं उदास वाटतं. लहान बाळाला

आईच्या गर्भात असताना आणि नंतर या जगात आल्यानंतरचा फरक जसा जाणवेल, तितक्या प्रकर्षाने आत आणि बाहेरचा फरक तुम्हांला जाणवतो. साधी आयबूप्रोफेनची गोळी खाल्ली तरी तुमचा मेंदू अशा प्रकारे प्रतिसाद देतो की तुम्ही मेथमफेटामीनचा ओव्हरडोस घेतला असावा.

माझ्यासाठी नैराश्याचा अनुभव कसा होता, तर तो उदास करणारा नव्हता. उलट तो फार तीव्रपणे जाणवणारा, धारदार असा होता. आत्तापर्यंत मी एखाद्या कवचात राहत असावं आणि आता अचानकच ते कवच नाहीसं व्हावं, असं काहीतरी वाटत होतं. मी पूर्ण उघड्यावर आल्याची भावना होती. रक्तबंबाळ झालेलं नागडं मन, ओढगस्त व्यक्तिमत्त्व आणि ॲसिड भरलेल्या बरणीत मेंदू ठेवला आहे, असं काहीतरी वाटत असे. मला एक गोष्ट लक्षात आली नव्हती की या स्थितीचे जसे काही चांगले परिणाम होते, तसे अनेक वाईट परिणामही होते.

अर्थात, ज्या गोष्टी तुम्हांला मारून टाकत नाहीत, त्या तुम्हांला कणखर बनवतात... वगैरे बाता मी करणार नाही, कारण ते मुळीच खरं नाही. ज्या गोष्टी तुम्हांला मारून टाकत नाहीत, त्या तुम्हांला अधिक कमकुवत बनवतात. ज्या गोष्टी तुम्हांला संपवून टाकत नाहीत, त्या नंतरचे दिवस तुम्हांला पांगळं बनवून ठेवतात. ज्या गोष्टी तुम्हांला मारून टाकत नाहीत, त्या गोष्टींमुळे तुम्हांला घरातून बाहेर पडण्याची भीती वाटते, इतकंच काय बेडरूमबाहेर जाऊ नये असं वाटतं. तुम्ही सतत थरथरत राहता, पुटपुटत राहता, खिडकीवर डोकं टेकवून प्रार्थना करत राहता की ज्या गोष्टींनी तुम्हांला मारून टाकलं नाही, त्या गोष्टींच्या पूर्वी जे आयुष्य होतं, ते पुन्हा यावं... ते दिवस पुन्हा यावेत.

नाही...

हा कणखर असण्याचा प्रश्नच नाहीये. वाट्टेल ते असो, खंबीर राहा, कणखर राहा... असं नसतंच. हा प्रकार अधिक खोल आहे... मोठा आहे. आणि तीक्ष्ण अनुभव आहे हा. म्हणजे गद्य ते पद्य इतका मोठा फरक आहे हा! वयाच्या चोविसाव्या वर्षापर्यंत मला गोष्टी किती वाईट असू शकतात, हे माहीत नव्हतं, अर्थात, गोष्टी किती चांगल्याही असतात, हेही ठाऊक नव्हतं. ज्या कवचाबद्दल मी सांगितलं ते कवच वाईट गोष्टींपासून तुमचं संरक्षण करत असेलही, पण ते चांगल्या गोष्टींची जाणवणारी ऊर्जा ही

पूर्ण ताकदीनिशी तुमच्यापर्यंत पोहोचू देत नाही, हेही तेवढंच खरं आहे. आयुष्याच्या जिवंतपणाच्या अनुभवासाठी नैराश्य ही मोजलेली किंमत असू शकते. पण जेव्हा तुम्ही त्यात पूर्ण गुरफटलेले किंवा अडकलेले असता, तेव्हा लक्षात येतं ही किंमत मोजणं फारसं योग्य नाही. ढगांना रुपेरी किनार असली, तरी शेवटी ते ढगच असतात ना! मात्र यातून एक गोष्ट नक्की होते, ती म्हणजे आनंद कोणत्याही वेदनेवर मात करायला मदत करतोच, पण वेदनेतून तो निर्माणही होऊ शकतो.

पांढरे अवकाश

माझ्या आईबाबांच्या घरात **आम्ही तीन महिने काढले.** मग लीड्स परिसरात एका साध्याशा घरात आम्ही राहिलो. त्या परिसरात प्रामुख्याने विद्यार्थी राहत. अँड्रिया तिथे फ्रीलान्स पद्धतीने जनसंपर्काचं काम करायची आणि मी मला वेड लागू नये, याची काळजी घ्यायचो. थोडक्यात, माझी परिस्थिती बिघडू नये याची काळजी घ्यायचो.

पण मला वाटतं, २००० सालच्या एप्रिल महिन्यापासून चांगल्या गोष्टी घडायला लागल्या. म्हणजे वाईट गोष्टी अजून होत्याच. सुरुवातीला तर फक्त वाईट गोष्टीच बराच वेळ सोबतीला होत्या. त्या एप्रिल महिन्यात चांगल्या गोष्टींचं प्रमाण ०.०००१ टक्के होतं. मी आणि अँड्रिया उपनगरातल्या आमच्या घरापासून ते सिटी सेंटरपर्यंत चालत जायचो. तेव्हा सूर्याचे उबदार किरण माझ्या चेहऱ्यावर यायचे... ही एक चांगली गोष्ट होती. सूर्यप्रकाश जोवर असे, तोपर्यंत ते किरण येत, एकदा सूर्यप्रकाश संपला की किरणही स्वाभाविकपणे नाहीसे होत. पण यातून एक गोष्ट मला निश्चितपणे समजली, की अजून आयुष्य माझ्यासाठी हात पसरून उभं आहे आणि म्हणूनच मे महिन्यात हेच चांगल्या गोष्टींचं प्रमाण ०.०००१ टक्क्यावरून ०.१ टक्क्यावर आलं.

मी सुधारत होतो... गर्तेतून वर येत होतो.

आणि जून महिन्यात आम्ही आमचं बस्तान हलवलं. आम्ही सिटी सेंटर परिसरात एका घरात राहायला आलो.

या ठिकाणी मला सगळ्यांत आवडलेली गोष्ट म्हणजे प्रकाश! या घराच्या भिंती पांढऱ्या शुभ्र होत्या. जमीनीवर गडद पिवळसर सोनेरी रंगाचा

लाकडासारखा दिसणारा लॅमिनेट होता. भिंतीवर मोठ्या चौकोनी खिडक्या होत्या. आणि निळसर-हिरवट रंगाचा आणि जरा कमी उंचीचा सोफा त्या घरमालकांनी ठेवला होता.

अर्थात, अखेरीस ते इंग्लंडच होतं. यॉर्कशायरच होतं. त्यामुळे तिथे प्रकाशाची जरा वानवाच होती. पण तरी हे घर चांगलं होतं. हां, आमच्या बजेटपेक्षा ते जरा जास्त होतं, तरीही! त्या विद्यार्थीछाप घरापेक्षा निश्चित छान होतं. तिथली ती बर्गंडी रंगाची कार्पेट्स आणि तपकिरी स्वयंपाकघरापेक्षा हा निळसर-हिरवा सोफा मस्त होता.

उजेड... प्रकाश ही सर्वाधिक महत्त्वाची गोष्ट होती. खिडक्यांच्या उघड्या गजांतून प्रकाशाची तिरीप आत येत असे. ते कसं वाटायचं सांगू? छोटी प्रकरणं असणारी आणि जास्त रिकामी जागा असणारी पुस्तकाची पानं कशी दिसतात, तसं आणि...

छोटे.

परिच्छेद.

सगळी जादू त्या प्रकाशात होती.

पण आणखी एका गोष्टीने जादू केली... पुस्तकं! मी सतत वाचत होतो... वाचतच होतो. फार फार मनापासून वाचत होतो. याआधी मी असं वाचणारा इसम नव्हतो. अर्थात, मला पुस्तकं आवडायची, असं मला वाटायचं. पण पुस्तकं आवडणं आणि त्यांची गरज असणं यात फरक आहे. मला पुस्तकांची *गरज* होती. माझ्या त्या काळामध्ये पुस्तकं ही माझ्यासाठी चैनीची गोष्ट नव्हती. पण ज्या गोष्टीची चांगल्या अर्थाने चटक लागावी, अशी ती अगदी 'अ' दर्जाची गोष्ट होती. त्या काळात वाचनासाठी अगदी कर्ज घ्यायलाही मी तयार झालो असतो. युनिव्हर्सिटीमधल्या पाच वर्षांपेक्षा त्या सहा महिन्यांत मी जास्त पुस्तकं वाचली.

तुम्हांला सत्यापासून पळून जायचं असेल तर वाचन करा किंवा तुम्हांला स्वतःचा शोध घ्यायचा असेल तरी वाचन करा, असं म्हटलं जातं. पण मला विचाराल, तर या दोन्हींत मला काही फरक जाणवत नाही. कारण

पळून जाण्याच्या प्रक्रियेतच आपल्याला स्वतःचा शोध लागतो, आपण आपल्याला सापडतो. आपण कुठे आहोत, हे महत्त्वाचं नाहे, तर आपण कुठे जाणार आहोत, कुठे जाऊ इच्छितो हे महत्त्वाचं आहे, वगैरे. सिल्विया प्लाथ या अमेरिकन कवयित्रीने प्रश्न विचारला होता, ''या मनातून निघणारा एखादा मार्ग नाही का?'' मी हा प्रश्न पहिल्यांदा वाचला तो कोटेशन्सच्या एका पुस्तकात! तेव्हा मी टीन एजर होतो आणि तेव्हापासूनच मला या प्रश्नात फार रस होता. (याचा अर्थ काय, याचं उत्तर काय असेल?)

जर असा काही मार्ग असेल आणि तो मार्ग म्हणजे, मृत्यू नसेल, तर तो शब्दांतूनच जाईल ना! पण अशा प्रकारे मन पूर्णतः सोडून देण्यापेक्षा शब्द आपल्याला मन तयार करायला, घडवायला मदत करतात. जुनं मन सोडून द्यायला मदत करतानाच त्याच्यासारखंच पण अधिक चांगलं दुसरं मन तयार करायला मदत करतात. त्या मनाचा पाया अधिक भक्कम असतो आणि ते अधिक चांगली दृष्टी असणारंदेखील असतं.

शेक्सपिअरचं एक फार सुंदर वाक्य आहे. ''आयुष्याला आकार देणं हे कलेचं उद्दिष्ट आहे.'' माझ्या आयुष्याला, माझ्या मनातल्या गोंधळाला आकार मिळण्याची गरज होती. माझ्या आयुष्याच्या कथानकाचं बीजच हरवलं होतं. माझ्या आयुष्याची कथा एका सरळ रेषेत जातच नव्हती. त्यात गोंधळ आणि गडबडच होती. त्यामुळे बाहेरची कथानकं आणि गोष्टी वाचायला मला आवडत होतं. कारण ती मला आशा देत होती. वेगवेगळे चित्रपट, टीव्हीवरच्या मालिका आणि सगळ्यांत महत्त्वाचं म्हणजे पुस्तकं! माझ्या जगण्याचं ती कारण होती. लिहिलेलं प्रत्येक पुस्तक हे माणसाच्या विशिष्ट मानसिक अवस्थेची निर्मिती असते. सगळी पुस्तकं एकत्र करा, तुम्हांला साऱ्या मानवी समाजाचा गोषवारा सापडेल. जेव्हा जेव्हा मी एखादं महान पुस्तक वाचत असे, तेव्हा तेव्हा मी स्वतःपर्यंत पोहोचण्याचा, स्वतःची ओळख मिळवण्याचा एक नकाशा वाचतोय असं वाटत असे. खजिन्याचा मार्ग दाखवणारा नकाशा आहे, असं वाटत असे. आणि हा खजिना इतर कुठलाही नसून मी स्वतःच असे. पण प्रत्येक नकाशा अपूर्ण असे. त्यामुळे मी झाडून सगळी पुस्तकं वाचली तरच मला खजिन्याचा मार्ग सापडेल, असं लक्षात येत असे. त्यामुळे माझ्या स्वतःचा शोध हा अंतहीन शोध होता. ही कल्पनादेखील पुस्तकांनीच माझ्या मनात रुजवली असावी. म्हणूनच प्रत्येक पुस्तकाची मध्यवर्ती कल्पना किंवा कथाबीज हे 'कोणीतरी कसलातरी शोध घेत आहे,' हीच असते.

प्रचंड वाचणाऱ्या लोकांबद्दल एक अगदी 'घिसीपिटी' कल्पना केली जाते. हे लोक एकटे असतात, असं म्हटलं जातं. पण माझ्यासाठी पुस्तकं हे एकाकीपणातून बाहेर पडण्याचा मार्ग होता. तुम्ही जर अतिविचार करणारी व्यक्ती असाल, तर वेगवेगळ्या पद्धतींनी विचार करणाऱ्या अनेक लोकांत एक असण्यासारखा एकाकीपणा नाही.

मी नैराश्याच्या पार गर्तेत होतो, तेव्हा मी अडकून पडलो होतो. मी पुळणीत अडकून पडलोय असं वाटायचं. ते तसंही अगदी लहानपणापासूनचं माझं दुःस्वप्न होतं. पण पुस्तकं ही हालचालीशी निगडित होती. शोध आणि प्रवासाशी संबंधित होती ती! त्यांना आरंभ, मध्य आणि अंत होता, भले तो एका विशिष्ट क्रमाने नसेल. त्यात नवीन नवीन प्रकरणं असायची... जुनी प्रकरणं मागे पडायची.

काही काळापूर्वी माझा आणि शब्दांचा, कथांचा, इतकंच काय तर भाषेचाही संपर्क तुटला होता. आता मला पुन्हा ही गोष्ट घडू द्यायची नव्हती. म्हणून मी वाचत सुटलो... वाचतच सुटलो.

रात्री अँड्रिया झोपली की मी बिछान्याजवळचा दिवा लावून दोनेक तास तरी वाचत असे. माझे डोळे कोरडे पडेपर्यंत, सुजेपर्यंत वाचत बसत असे. त्यातून काहीतरी मिळवण्याचा माझा प्रयत्न असे, माझा शोध संपत नसे, पण ही वाचनाची इच्छाच फार भुरळ पाडत असे.

द पॉवर अँड द ग्लोरी

एक पुस्तक अनेकदा वाचलेलं मला आठवतं, ते म्हणजे द *पॉवर अँड द ग्लोरी*. ग्रॅहम ग्रीनचं हे पुस्तक.

ग्रॅहम ग्रीनची निवड ही फार इंटरेस्टिंग होती. लीड्स युनिव्हर्सिटीमध्ये एम.ए. करत असताना मी या लेखकाचा अभ्यास केला होता. त्या मोड्यूलची निवड मी का केली माहीत नाही. कारण ग्रॅहम ग्रीनबद्दल मला खरोखरच काही माहिती नव्हती. मला ब्रायटन रॉकबद्दल ठाऊक होतं. पण तेही मी वाचलं नव्हतं. तो नॉटिंगहॅमशायरमध्ये राहतो, असं मी ऐकलं होतं आणि मला ही गोष्ट अजिबातच *आवडली* नव्हती. मीदेखील नॉटिंगहॅमशायरमध्ये एके काळी राहत होतो आणि तेव्हाही ते मला आवडायचं नाही, त्यामुळे आत्ताही त्याच्याविषयी कळल्यावर मला आवडलं नसावं.

पहिले काही दिवस आपण हे मोड्यूल निवडून चूक केली असं मला वाटायचं. मी एकट्यानेच हे मोड्यूल निवडलं होतं. माझे शिक्षक माझा तिरस्कार करायचे. तिरस्कार हा योग्य शब्द आहे की नाही, मला माहीत नाही, पण त्यांना मी अजिबात आवडायचो नाही, हे खरं! ते कॅथलिक होते. नेहमी फॉर्मल वेशात ते असायचे आणि माझ्याशी बोलताना त्यांच्या स्वरात एक सौम्य असा तिरस्कार असायचा. ते दिवस निवांत होते. माझ्या अंगाला कायम बीअरचा दुर्गंध यायचा. अँड्रिया आणि मी अजून हलमध्येच राहत होतो. तिथून ट्रेनने लीड्सला येताना वाटेतच मी एखाद-दुसरा कॅन पीत असे. माझ्या मोड्यूलच्या अखेरीस मी आत्तापर्यंतचा सर्वोत्तम निबंध लिहिला. त्याला ६९ टक्के मार्क्स दिले. म्हणजे विशेष श्रेणी अगदी थोडक्यात दिली नाही. मला हा माझा व्यक्तिगत अपमान वाटला.

तर ते असो. मला ग्रॅहम ग्रीन आवडत असे. त्याच्या लेखनात एक अस्वस्थता होती, ती मला परिचयाची होती. सर्व बाबतींत अस्वस्थता असायची. अपराधीपणाची अस्वस्थता, सेक्स, कॅथलिझम, गरज नसलेलं प्रेम, निषिद्ध वासना, उष्ण कटिबंधातली गरमी, राजकारण, युद्ध वगैरे. सर्व गोष्टींत त्रास होता, अस्वस्थता होती. ती नव्हती ती फक्त लेखनशैलीत!

तो ज्या प्रकारे लिहायचा, ते मला आवडत असे. एखाद्या मूर्त गोष्टीची तुलना ज्या प्रकारे तो अमूर्त गोष्टीशी करायचा, ते मला आवडत असे. उदाहरणार्थ, 'पार कोसळून जाईपर्यंत त्याने ब्रँडी प्यायली.' त्याचं लेखनतंत्र आता मला आणखी जास्त आवडतं. कारण त्याच्यात भौतिक आणि अभौतिक यांतली विभाजनरेषा धूसर झालेली असते. नैराश्य आल्यावर माझं स्वतःचं शरीर खोटं, अमूर्त आणि अंशतः काल्पनिक वाटत असे.

द पॉवर अँड द ग्लोरी ही एका व्हिस्की प्रीस्टची गोष्ट आहे. (ही संज्ञा ग्रीननेच तयार केली. याचा अर्थ जे दुसऱ्यांना सांगतो, ते स्वतः न करणारा माणूस) या व्हिस्की प्रीस्टचा १९३०मधला मेक्सिकोतला प्रवास या पुस्तकात ग्रीनने सांगितला आहे. त्या काळात कॅथलिझम बेकायदेशीर मानला जात होता. या कादंबरीत या व्हिस्की प्रीस्टचा पाठलाग एक पोलिस अधिकारी करतो. त्याला शोधायची जबाबदारी त्याच्यावर असते.

मी युनिव्हर्सिटीमध्ये असताना ही कादंबरी पहिल्यांदा वाचली, तेव्हा ती मला आवडली होती, पण आता मी तिच्या प्रेमात आहे. इबिझामध्ये असताना मी एका सीमेपर्यंतचाच दारुडा होतो. त्यामुळे मेक्सिकोमधल्या या माझ्यासारख्याच विशिष्ट मर्यादेपर्यंत दारू पिणाऱ्या पात्राला मी अगदीच समजू शकत होतो. त्यात फार काही अवघड नव्हतं.

हे पुस्तक तसं उदास आणि खूप भावनाप्रधान आहे. पण तुम्हांला स्वतःला जेव्हा प्रत्यक्षात उदास आणि हळवं वाटत असतं, तेव्हा अशाच प्रकारची पुस्तकं तुमच्याशी संवाद साधू शकतात. तरीही त्यात एक आशावादही होता. सुटकेची शक्यता त्यात दिसत होती. धीर देणाऱ्या, बरं करणाऱ्या प्रेमाच्या ताकदीचं हे पुस्तक आहे.

'तिरस्कार वाटणं म्हणजे कल्पनेचा तुटवडा असणं,' असं आम्हांला सांगितलं जातच असे.

पण याबरोबरच : 'प्रत्येकाच्या बालपणात एक क्षण असा असतोच की जेव्हा दरवाजा उघडला जातो आणि भविष्य आत प्रवेश करतं.' अनुभवात एक प्रकारची निरागसता असते. आणि निरागसता एकदा हरवली की पुन्हा मिळवता येत नाही. त्याच्या इतर पुस्तकांप्रमाणेच हेही पुस्तक कॅथलिक गिल्ट या बाबतचं आहे. पण मला ते नैराश्याबाबतचं आहे, असं वाटतं. ग्रीनला हा नैराश्याचा विकार होता. अगदी लहानपणापासूनच शाळेत त्याला इतर मुलांच्या गुंडगिरीला सामोरं जावं लागलं होतं. त्याच शाळेचे मुख्याध्यापक त्याचे वडील होते आणि ते कुणालाही आवडत नसत. रशियन रौलेट हा खेळ खेळताना त्याने एकदा जवळपास आत्महत्येचा प्रयत्न केला होता. माझ्या दृष्टीने, कोणत्याही प्रकारे आध्यात्मिक अपराधी भाव मनात नव्हता. त्याचा कॅथलिझमशी काहीही संबंध नव्हता, तर नैराश्यातून येणारा अपराधीपणाच होता. त्याने कदाचित या आजारामुळे येणारा एकटेपणा कमी व्हायला मदत झाली.

*

त्या काळात मी वाचलेली इतर पुस्तके :

इन्व्हिजिबल सिटीज, इटॅलो कॅल्व्हिनो – अतिशय सुंदर पुस्तक. व्हेनिसची आठवण यावी अशा वर्णनांची अनेक काल्पनिक शहरं, पण व्हेनिससारखी नाहीत. पानापानांवर चितारलेली स्वप्नं. ती इतकी खोटी वाटावीत की माझ्या मनातल्या कल्पना त्यामुळे धुळीला मिळाल्या.

द *आउट सायडर्स,* एस.ई. हिंटन – मी दहा वर्षांचा असताना या पुस्तकाने मला वाचनाची गोडी लावली. कठीण परिस्थितीत हे पुस्तक माझ्यासाठी मला 'दूर घेऊन जाणारं' आवडतं पुस्तक होतं. यात अमेरिकेचं वर्णन होतं आणि अतिशय हळवे संवाद होते.

द *आउट सायडर,* अल्बर्ट कॅम्यू – या पुस्तकातली महत्त्वाची गोष्ट म्हणजे अस्तित्ववादी निराशा! हे लेखन वाचून येणारा एक प्रकारचा बधिरपणा शांतवणाराही होता.

द *कन्साइज कॉलिन्स डिक्शनरी ऑफ कोटेशन्स* – वचनं वाचायला अगदी सोपी असतात.

लेटर्स ऑफ कीट्स – मी युनिव्हर्सिटीमध्ये असताना कीट्सचा अभ्यास केला होता. हा हळव्या मनाचा कवी तसा दुर्दैवीच होता. फार तरल लेखन करणारा होता. या सगळ्या गोष्टी मीही अनुभवत होतो.

ऑरेंजेस आर नॉट द ओन्ली फ्रूट, जेनेट विन्टर्सन – मला जेनेटचं लेखन आवडतं. प्रत्येक शब्दातून बुद्धिमत्तेची ताकद दिसून येते. मी कोणतंही पान उघडून माझ्याशी बोलू शकतील अशी वाक्यं शोधतो. 'एका मोठ्या वर्तुळात मी धावतोय, असं वाटत होतं आणि मी मला पुन्हा आरंभरेषेपाशीच भेटलो.'

वॅक्स, निकोल्सन बेकर – या पूर्ण कादंबरीमध्ये फक्त फोन सेक्स आहे. मी सोळा वर्षांचा असताना ही वाचली आणि त्या वयात ही वाचताना मला गुदगुल्या होत होत्या आणि मी पुरता थरारून गेलो होतो. यात फक्त संवाद आहेत. पुन्हा, वाचायला अतिशय सोपी. यात सेक्स ठासून भरलेला आहे किंवा कल्पनेतला सेक्स आहे. अतिचिंतेने ग्रस्त असणाऱ्या व्यक्तीसाठी सेक्सचा विचार करणे ही एक सकारात्मक दृष्टीने मन दुसरीकडे वळवण्याची बाब असते.

मनी, मार्टिन ॲमिस – मनी हे पुस्तक मला तोंडपाठ आहे, म्हणा ना! मी त्यावर बरंच लिहिलं आहे. हे धीट, डौलदार, तीक्ष्ण, धारदार, मजेशीर, मर्दानी (काही वेळा ते नकोही वाटतं) असं लेखन आहे. त्यात तीव्रता, तळमळही दिसून येते. विनोदात एक सुंदर उदासीही आहे. ('प्रत्येक तासागणिक तू दुर्बल होत जात आहेस. कधी माझ्या लंडनमधल्या घरात मी एकटा बसतो आणि खिडकीतून एकटक पाहतो, त्या वेळी पाऊस बघतो आणि जडावलेल्या मनात प्रश्न येतो, हा पाऊस का पडतोय, हे माहिती नसताना तो असा बघत राहणं किती अवघड आहे.')

द *डायरी ऑफ सॅम्युअल पिप्स* – ग्रेट फायर आणि प्लेग या दोन्हींविषयी मी थोडंफार वाचलं होतं. सतराव्या शतकातल्या या दोन्ही विनाशकारी घटनांबद्दल सांगताना पिप्स मनात प्रेरणा निर्माण करतो, ते भन्नाट आहे. आणि या वाचनाने मनाला उभारी मिळते.

द *कॅचर इन द राय,* जे. डी. सालींजर – होल्डन हा माझा जुना दोस्त होता. म्हणून हे पुस्तक वाचलं.

द पेंग्विन बुक ऑफ फर्स्ट वर्ल्ड वॉर पोएट्री – आयव्हर गर्नीची 'स्ट्रेंज हिल्स' ('The heart burns - but has to keep out of face how heart burns') आणि विल्फ्रेड ओवेनची 'मेंटल केसेस' (वेड्यांच्या हॉस्पिटलमधलं वेड्यांच्या अवस्थेचं वर्णन) अशा कविता वाचून मी थक्कही झालो अन् मला त्याचा त्रासही झाला. मी विश्वयुद्ध बघितलेलं नाही, अनुभवलेलं नाही, तरीही प्रत्येक नव्या दिवशी – 'Dawn breaks open like a wound that bleeds afresh.' असं भळभळणारं दुःख मला अगदी भिडत होतं. ती वेदना मला समजत होती. अशा मोठ्या संकटानंतर येणाऱ्या प्रचंड तणावाच्याही– नैराश्य आणि अतिचिंता या गोष्टी कशा वरचढ ठरत होत्या, हे समजून घेणं हा थरारक अनुभव होता. आपणही अशा एखाद्या भयानक परिस्थितीला आपल्याही नकळत सामोरं गेलो आहोत का? आजच्या आधुनिक काळातला गोंगाट आणि वेग या गोष्टी आदिम जमान्यातल्या आपल्या मेंदूसाठी एक प्रकारे मानसिक आघातच ठरत आहेत का? मी इतका मऊ स्वभावाचा होतो का? की आयुष्य हे एक प्रकारचं युद्धच असतं आणि ही गोष्ट अनेक लोकांच्या लक्षातच येत नाही?

अ हिस्टरी ऑफ द वर्ल्ड इन टेन अँड अ हाफ चॅप्टर्स, ज्युलियन बार्न्स – हे पुस्तक मी आधीही वाचलं होतं. ते मला नीटच माहीत आहे. जरासं विचित्र आणि मजेशीर पुस्तक आहे.

विल्डरनेस टिप्स, मार्गारिट ॲटवूड – या लघुकथा आहेत. सोप्या. यातली 'ट्रु ट्रॅश' ही गोष्ट मला आवडते. एका वेट्रेसकडे कामुक भावनेने बघणाऱ्या एका टीन एजमधल्या मुलाची ही गोष्ट आहे.

वाइड सारगॅसो सी, जीन रीस – प्रसिद्ध जेन आयर या कादंबरीचा हा पुढचा भाग. वरच्या मजल्यावरच्या वेड्या बाईची गोष्ट. ही कॅरिबियनमध्ये घडते. सुंदर ठिकाणी वाट्याला येणारी निराशा आणि एकाकीपणा या गोष्टी मला अगदीच समजू शकल्या. जगातल्या सुंदर ठिकाणीही तुम्हांला किती भयानक वाटू शकतं, हे मी समजू शकत होतो. स्पेनमधल्या आमच्या वास्तव्याच्या शेवटच्या आठवड्याच्या स्मृती ताज्या झाल्या.

पॅरिस

माझ्या वाढदिवसासाठी तिने मला एक सरप्राइज द्यायचं ठरवलं होतं. ते काय होतं ते **ती मला सांगत होती** आत्ता!

''आपण पॅरिसला जाणार आहोत. उद्याच! आणि आपण युरोस्टारने हिंडणार आहोत.''

मला हा धक्काच होता. यापेक्षा अधिक भयानक असं मला आजवर कुणी काहीही सांगितलं नव्हतं. ''मी पॅरिसला जाऊ शकत नाही, मुळीच जाऊ शकत नाही.''

मला पॅनिक अॅटॅक येऊ लागला होता. त्याची जाणीव मला छातीत होऊ लागली होती. २००० साली जे घडलं होतं त्याच अवस्थेत मी पुन्हा जातोय, असं मला वाटू लागलं होतं. एखादी माशी काचेच्या बरणीत अडकून बसावी, तसा मी माझ्यातच अडकून पडलोय, असं वाटत होतं.

''आपण जातोय, आणि आपण तिथे सहाव्या प्रभागात राहणार आहोत. फार मजा येणार आहे. प्रसिद्ध लेखक ऑस्कर वाइल्ड यांचा मृत्यू ज्या हॉटेलमध्ये झाला होता, त्या हॉटेलमध्ये आपण राहणार आहोत. लोटेल (L'Hotel) असंच नाव आहे त्याचं!''

आता ऑस्कर वाइल्ड यांचा मृत्यू ज्या हॉटेलात झाला तिथे राहायचं यामुळे मला काही बरं वगैरे वाटत नव्हतं, हे नक्की! उलट मीदेखील तिथे गेलो की मरून जाईन, याची खात्री वाटत होती. पॅरिसमध्येच ऑस्कर वाइल्ड यांच्यासारखाच माझाही मृत्यू ओढवणार होता, अशीच खात्री मला वाटत होती. त्या हवेत माझा मृत्यू होईल, अशी कल्पनाही मी करून पाहिली. मागची तब्बल चार वर्षं मी परदेशी गेलोच नव्हतो.

''मला श्वास घेता येईल, असं वाटत नाही मला.'' मी म्हणालो. हे अगदीच वेड्यासारखं बोलणं होतं, हे मला कळत होतं. पण मला वेड लागलं नव्हतं. आणि तरीही माझ्या मनात तोच विचार येत होता, *'मला श्वास घेता येईल, असं मला वाटत नाही.'*

त्यानंतर जरा वेळाने मी दरवाजाच्या मागे चक्क अंगाचं गाठोडं करून बसून राहिलो. मी थरथरत होतो. मारी अ‍ॅन्टोनेट या राणीनंतर माझ्याइतकं पॅरिसला घाबरणारं कुणी नसेल. पण अँड्रियाला काय करायचं ते बरोब्बर माहीत होतं. आतापर्यंत तिने या सगळ्या प्रकारात Ph.D मिळवली होती. ती म्हणाली, ''बरं, ठीक आहे. आपण नको जायला. मी हॉटेल रद्द करते. फार तर आपले काही पैसे जातील, पण तुला इतका त्रास होणार असेल, तर...''

इतका त्रास...

एकदाही पॅनिक अ‍ॅटॅक न येता, मी एकटा वीस मिनिटंसुद्धा चालू शकत नाही. आणि पॅरिसला जाण्याचा विचार मी कल्पनेतदेखील करणं अशक्य गोष्ट होती. याला उपमाच द्यायची, तर मी म्हणेन, एखाद्या व्यक्तीला तेहरानमध्ये नग्न फिरायला सांगणं किंवा तत्सम गोष्ट होती ही.

पण...

पण... मी आत्ता या गोष्टीला नकार दिला असता, तर घाबरून परदेशी जायला नकार देणारा ठरलो असतो मी. आणि मग त्यामुळे मी वेडा ठरलो असतो आणि असा ठार वेडा ठरणं, ही गोष्ट माझ्यासाठी मृत्यूपेक्षाही भयंकर होती. हे त्या दुष्ट राक्षसांच्या हातात असं स्वतःला जाऊ देणं... त्यांच्या समोर आपली हार मानणं – अशी ही गोष्ट झाली असती. त्यामुळे ही गोष्ट म्हणजे या मोठ्या भीतीवर त्याहून अधिक भीतीने मात करणे – अशी होती.

एखाद्या राक्षसाला हरवण्यासाठी त्याहून भीतिदायक राक्षस शोधणं हाच उपाय असतो.

तर अखेरीस मी पॅरिसला गेलो. तो प्रसिद्ध चॅनेल टनेल कोसळला नाही आणि आम्ही समुद्रात बुडालो नाही. पॅरिसमधल्या हवेचा माझ्या फुप्फुसांवर काहीही वाईट परिणाम झाला नाही. अर्थात टॅक्सीमध्ये मी अगदी गप्प बसलो होतो. तिथलं एक मोठ्ठं रेल्वे स्टेशन ग्यॅर द्यु नॉर्द (Gare du Nord)पासून आमच्या हॉटेलपर्यंतचा प्रवास सोपा नव्हता. सीन नदीच्या

किनाऱ्यावरून कसलंतरी संचलन चाललं होतं. ते बघून मला प्रसिद्ध *ले मिझेराब्ल* (Les Miserables) मधल्या प्रसंगात झेंडा फडकावत असतात, त्याचीच आठवण झाली. इथे ते लाल रंगाचा झेंडा फडकावत होते.

त्या रात्री डोळे मिटल्यावरही मला अजिबात झोप लागली नाही. कारण टॅक्सीने येताना पॅरिस ज्या वेगाने फिरत होतं तसंच आत्ताही मिटल्या डोळ्यांसमोर ते वेगाने सरकत होतं. पण मी शांत झालो. त्यानंतर पुढचे चार दिवस एकही पॅनिक अ‍ॅटॅक मला आला नाही. लेफ्ट बँक आणि रू द रिवोली (Rue de Rivoli) या तिथल्या हमरस्त्यावरून भटकत असताना ठरलेली ती अनामिक भीती मनाचा ठाव घेत असे. पांपिडू सेंटरच्या (Pompidou Centre) सर्वांत वरच्या मजल्यावरच्या रेस्टॉरंटमध्ये बसलो असतानाही काळजीने जीव घाबरून जात असे. पण या सगळ्यांत एक गोष्ट माझ्या लक्षात येत गेली. ज्या गोष्टी करायची मला प्रचंड भीती वाटायची, त्या केल्या आणि यशस्वीपणे केल्या तर मला धीरच मिळत असे. एक प्रकारचा तो माझ्या भीतीवरचा उपचारच होता. बाहेर पडायची भीती वाटत असेल, तर निग्रहाने बाहेर जायचंच. बंदिस्त जागांची भीती वाटत असेल, तर काही वेळ तरी लिफ्ट वापराच. दुसऱ्या व्यक्तीपासून दूर जाण्याची भीती वाटतीय, मग काही वेळ एकटं राहायला हवंच. जेव्हा जेव्हा नैराश्याने, अतिचिंतेने तुमचा कब्जा घेतलेला असतो, तेव्हा तेव्हा तुमचं जग साऱ्या जगाच्या आकारापासून आक्रसत जात तुमच्या खोलीतल्या बिछान्यापुरतंच राहतं. किंवा... ते तेवढंही उरत नाही...

आणखी एक गोष्ट! आपण एखाद्या नवीन जागी गेल्यावर तिथे एक प्रकारचं चैतन्य, एक उत्साह असतो. एखाद्या वेळी या गोष्टींचीही भीती वाटू शकते, पण कधीकधी याच गोष्टी मनाला एक प्रकारची मुक्ततेची जाणीवदेखील देतात. जेव्हा आपण आपल्या अगदी परिचित ठिकाणी असतो, त्या वेळी आपलं मन सगळं लक्ष स्वतःवरच केंद्रित करतं. तुम्ही तुमच्या बेडरूममध्ये असता आणि तिथे अगदी लक्ष देऊन बघावं, असं काहीही नवं नसतं. त्या वेळी कोणत्याही प्रकारची बाह्य भीती जाणवत नाही. असते, ती फक्त मनातलीच भीती. मात्र, जेव्हा तुम्ही अगदी नवीन ठिकाणी स्वतःला अगदी बळजबरीने घेऊन जाता, विशेषतः परक्या देशात आणि नवीन जागी जाता, त्या वेळी आपल्याच डोक्यातल्या अनेक गोष्टींत अडकलेल्या मनाला बाहेर काढून नव्या गोष्टींचा विचार करू लागता.

पॅरिसमधल्या त्या काही दिवसांत माझ्या बाबतीत तरी हे घडलं.

उलट, इथे मला जास्त नॉर्मल वाटत होतं, बरं वाटत होतं. कारण इतर वेळी असणाऱ्या माझ्या काळजीमुळे येणाऱ्या संकोची स्वभावाच्या जागी नमुनेदार ब्रिटिश संकोची स्वभाव सहज वर आला होता.

नैराश्याने त्रस्त असणारे अनेक लोक म्हणूनच प्रवासाकडे एक उपाय म्हणून वळतात. अत्यंत विख्यात अशी अमेरिकन चित्रकार जॉर्जिया ओ'किफ हिची गोष्ट सांगतो. अनेक कलाकारांप्रमाणे जॉर्जिया आयुष्यभर नैराश्याने ग्रस्त होती. १९३३ साली तिला हॉस्पिटलमध्ये दाखल करावं लागलं. त्या वेळी तिला सतत रडू येत असे. ते थांबतच नसे. जोडीला अन्नावरची वासना उडाली होती, झोप येत नसे. शिवाय नैराश्य आणि अतिचिंतेची इतरही लक्षणं दिसत होती.

तिची चरित्रकार रोक्झाना रॉबिन्सन म्हणते, "त्या वेळी ओ'किफला हॉस्पिटलमध्ये ठेवल्याचा फारसा फायदा झाला नाही. तिला सर्वाधिक फायदा कोणत्या गोष्टीचा झाला असेल, तर तो म्हणजे प्रवास! ती न्यू यॉर्कमध्ये लेक जॉर्जला गेली. बर्म्युडाला गेली. मेने आणि हवाईलासुद्धा गेली." रॉबिन्सन लिहिते, "तिला गरज होती ती – ऊब, आराम आणि एकांत याची!"

अर्थात, प्रवास हा प्रत्येक वेळीच उपाय असतो, असं अजिबात नाही. किंवा तो दरवेळी पर्यायही नसतो. पण जेव्हा जेव्हा मला प्रवासाची संधी मिळते, तेव्हा तेव्हा माझ्या बाबतीत हा उपाय लागू पडतो. मला त्यामुळे एक दृष्टिकोन मिळतो. आपण मनोमन अडकून पडलेलो असतो, शरीराने नाही. आपण शरीराने दुसरीकडे गेलो की आपल्या उदास मनोवस्थेतून आपल्याला सुटका मिळते. एका जागी अडकून पडणे यावर हालचाल हाच तर उतारा आहे. आणि त्याचा काही वेळा... होय, काही वेळा तरी फायदा होतो.

'प्रवास आपल्याला नम्र बनवतो,' असं गुस्टाव फ्लॉबर्ट याचं मत आहे. 'या प्रचंड जगात तुमचं स्थान किती चिमुकलं आहे, हे प्रवासाने तुमच्या ध्यानात येतं.' आता हा दृष्टिकोनदेखील एका वेगळ्या प्रकारे तुम्हांला मुक्ततेची जाणीव करून देत असतो. विशेषतः एखाद्या आजारामुळे एकीकडे तुमचा स्वतःबद्दलचा आदर कमी होत असतो आणि त्याच वेळी अनेक क्षुल्लक गोष्टी तुम्हांला खूप मोठ्या वाटू लागतात.

मार्टिन स्कोर्सेझीने दिग्दर्शित केलेला हॉवर्ड ह्युजच्या चरित्रावर आधारित असणारा सिनेमा द *एव्हिएटर* एकदा मी बघत होतो. त्यात एक उदास प्रसंग समोर सुरू होता. कॅथरीन हेपबर्नची भूमिका अत्यंत प्रभावीपणे करणारी केट ब्लँचेट ही अभिनेत्री ह्यूजची भूमिका करणाऱ्या लिओनार्दो डीकॅप्रिओकडे वळते आणि त्याला म्हणते, ''हॉवर्ड ह्यूजमध्ये खूप हॉवर्ड ह्यूज भरले आहेत.'' स्वतःबद्दलची हीच प्रचंड जाणीव निदान त्या सिनेमात तरी त्याला मंत्रचळ या आजारापर्यंत घेऊन जाते आणि अखेरीस त्याला लास वेगासमधल्या एका हॉटेलमध्ये बंदिवान करून टाकते.

हा सिनेमा बघितल्यानंतर अँड्रिया मला म्हणाली, ''मॅट, हेगमध्ये प्रचंड प्रमाणावर मॅट हेग आहे.'' ती हे वाक्य जरा गमतीत म्हणत होती, हे खरं असलं, तरी ती काहीतरी सांगू पाहत होती, हेही खरं आहे. स्वतःबद्दलची प्रचंड जाणीव थोडी कमी झाली आणि तरीही माझं 'मी'पण अबाधित राहिलं, तर ते स्वागतार्हच आहे. पॅरिसच्या या दौऱ्यानंतर अशा काही गोष्टींत प्रवासाचा अंतर्भाव झाला.

खंबीर राहण्याची कारणं

ते साल होतं २००२! मी बरा होण्याच्या प्रक्रियेत होतो. तेव्हा मला सतत बरं वाटत होतं. अर्थात ज्या भयंकर वाईट गोष्टींतून मी पूर्वी गेलो होतो, त्या तुलनेत मला पुष्कळ बरं वाटत होतं इतकंच! अजून माझ्या मनावर अतिचिंतेचा कब्जा असायचा. कोणत्याही प्रकारची औषधं घ्यायची मला अशक्य भीती वाटायची. ज्या ज्या पदार्थांची ॲलर्जी येऊ शकते, असे कोणतेही पदार्थ - म्हणजे, प्रॉन्स किंवा पीनट बटर किंवा इतर तत्सम पदार्थ खाल्ले की आपली जीभ मोठी होतीय, असं वाटत राहायचं. मला सतत ॲंड्रियाजवळ असावंसं वाटायचं. तिच्या जवळ असलो की मला कमालीचं शांत वाटत असे, ती जवळ नसली की संपलं!

अनेकदा यात काही चमत्कारिक किंवा विचित्र आहे, असं मला वाटत नसे. मी आणि ॲंड्रिया एकत्रच राहत होतो. त्याच छोट्याशा घरात राहत होतो, एकत्र काम करत होतो. फार लोकांना आम्ही ओळखतदेखील नव्हतो. आमच्या दोघांत मलाच नेहमी बाहेर जावं, चार लोकांना भेटावं, असं वाटायचं. पण आता माझ्यातली ती इच्छा संपून गेली होती.

पण २००२ साली ॲंड्रियाच्या आईला बीजांडाचा कॅन्सर झाल्याचं निदान झालं आणि तेव्हापासून गोष्टी बऱ्याच बदलल्या. आम्ही तिच्या आईबाबांच्या घरी कौंटी डरहमला राहायला गेलो. फ्रेडाची केमोथेरपी सुरू होती. गेली तीन वर्षं ॲंड्रिया एका नैराश्यग्रस्त मित्राची काळजी घेत होती, आता तिला कॅन्सर झालेल्या आपल्या आईची देखभाल करावी लागत होती.

एकदा ती खूप खूप रडली. त्या क्षणी, मला वाटलं की आता बॅटन माझ्याकडे आली आहे. आता खंबीरपणे उभं राहण्याची माझी जबाबदारी आहे.

आईला कॅन्सर झाल्याचं निदान झाल्याची बातमी जेव्हा तिला पहिल्यांदा कळली, तेव्हा बेडच्या अगदी कडेला बसून अँड्रिया धाय मोकलून रडली. इतकी रडली, की आजवर मी तिची अशी अवस्था कधीही पाहिली नव्हती. मी तिला जवळ घेतलं. त्या क्षणी एक गोष्ट माझ्या लक्षात आली. जेव्हा काहीतरी भयंकर परिस्थिती ओढवते तेव्हा शब्द आटून जातात. सुदैवाने आम्ही दोघे एकमेकांच्या जवळ होतो.

"हे सगळं संपणार आहे. सगळं काही चांगलं होणार आहे, असं म्हण." ती मला म्हणाली.

"सगळं ठीक होणार आहे."

दोनच महिन्यांनंतरची गोष्ट! मी माझ्या सासू-सासऱ्यांच्या घरातच होतो. त्यांना हॉस्पिटलमध्ये जायचं होतं, आणि "मीही त्यांच्या बरोबर येतो," असं मी अँड्रियाला अगदी विनवून सांगण्याचा प्रयत्न करत होतो.

अँड्रिया मला म्हणाली, "मला आईला हॉस्पिटलला घेऊन जायचं आहे."

"बरं, मी ही येतो तुझ्याबरोबर!"

"हे बघ, तिथे त्यांच्या बरोबर थांबावं लागणार आहे. डेव्हिड येऊ दे." डेव्हिड म्हणजे अँड्रियाचा भाऊ! तो लंडनहून येणार होता.

"अगं, मी येऊ शकतो तुझ्या बरोबर. येतो मी."

"मॅट, प्लीज..."

"मी नाही थांबणार... थांबूच शकणार नाही मी. तू गेलीस की मला भीती वाटू लागेल. मला पॅनिक अ‍ॅटॅक येईल..."

"मॅट, मी तुला सांगतीय. हे बघ, माझी आई आजारी आहे. मला तिला अजिबात ताण द्यायचा नाहीये. तू फार स्वार्थी विचार करतो आहेस."

"फक्! हो! आय अ‍ॅम सॉरी... माफ कर मला. पण तुला समजतच नाहीये."

"हे बघ, जमेल तुला!"

"नाही जमणार गं! तू तुझ्या आईबाबांना सांगत का नाहीस की मलाही तुमच्या बरोबर येऊ दे."

“बरं... ठीक आहे... ठीक आहे... सांगते मी!”

पण अचानकच काय झालं कुणाला ठाऊक! मी एकदम चमकून तिला म्हणालो, ‘नको!’

“काय नको?”

“जमेल मला. मी थांबतो घरी. थांबतो मी!”

‘खरंच?’

‘होय!’

“हॉस्पिटलचा फोन नंबर मी इथे ठेवून जाते.”

‘नको...’ मी वेड्यागत तिला म्हणालो. हे माझे शेवटचे शब्द तर नसतील, अशी कल्पना माझ्या मनात आली. “लागला, तर मी शोधेन नंबर.”

“तरीही ठेवते मी इथे.”

“थँक यू! जा तुम्ही.”

अँड्रिया आणि तिच्या आईबाबांची घरी परत येण्याची वाट बघत मी या खोलीतून त्या खोलीत फक्त फेऱ्या मारत होतो. त्यांच्या घरात अनेक शोभेच्या चिनी मातीच्या वस्तू होत्या. त्यात लिट्ल बो पीप होती, पायावर पाय ठेऊन बसलेला एक पिंक पँथर होता. खिडकीच्या कठड्यावरून त्याचे पाय खाली लोंबत होते. त्याचे ते पिवळसर मोठाले डोळे बाहेरच्या खोलीमध्ये माझा पाठलाग करत होते.

पहिली दहा मिनिटं तर माझं हृदय थडथडत होतं. मी कसाबसा श्वास घेत होतो. आता माझ्या कल्पना जोमात येऊ लागल्या होत्या. अँड्रियाचा मृत्यू झालाय, तिचे आईवडील मरण पावलेत. त्यांच्या गाडीला अपघात झालाय, असं दुष्ट चित्र मी रंगवत होतो. वीस मिनिटं झाली. मी अक्षरशः मरायला टेकलो होतो. माझ्या छातीत कळ उमटली. हा फुप्फुसांचा कॅन्सर तर नसेल? मी होतो जेमतेम सत्तावीस वर्षांचा! पण मी प्रचंड प्रमाणात सिगारेट्स ओढल्या होत्या. तीसेक मिनिटं झाली असतील, फ्रेडाच्या तब्येतीची चौकशी करायला शेजारी आले. साधारण चाळिसाव्या मिनिटापर्यंत माझं अ‍ॅड्रेनलाइन स्थिर होऊ लागलं होतं. चाळीस मिनिटं मी एकटा होतो आणि अजून जिवंत होतो. ते तिघं जण अजून एक तास तरी

परत येऊ नयेत असं मला मनोमन वाटू लागलं होतं. त्यामुळे मला अधिक खंबीर वाटलं असतं. केवळ पन्नास मिनिटं! कुणी सोडून गेल्यावर एकट्याने राहण्याची माझ्या मनात तीन वर्षं ठाण मांडून बसलेली भीती अशा प्रकारे एका तासात बरी झाली.

ते व्यवस्थित घरी परतले, हे वेगळं सांगायला हवं का?

प्रचंड उन्हाळ्याचे दिवस होते ते. पण त्याचं फलित चांगलं होतं. अँड्रियाच्या आईसमोर नको नको ते वाढून ठेवलं होतं, पण तिने परिस्थितीवर मात केली. तिच्या रोजच्या नाश्त्याला बिस्किटाऐवजी किवी द्यायला सुरवात केली. आम्ही इतके बारीक बदलही केले. मी खंबीर व्हायलाच पाहिजे, असा निग्रह करण्यासाठी मला कारणं मिळाली. ज्या परिस्थितीत मी स्वतःला चुकूनही लोटलं नसतं, अशा परिस्थितीला निग्रहाने तोंड देण्याची कारणं मला सापडली. तुम्ही अस्वस्थ होण्याची आवश्यकता असते. तुम्ही दुखावले जाणं गरजेचं असतं. प्रसिद्ध पर्शियन कवी रूमी याने म्हटलं आहे, ''तुम्हांला झालेल्या जखमेतूनच प्रकाशाचा किरण आत येत असतो.'' (त्याने आणखी एक सत्य सांगितलं आहे, ''सुरक्षितता वगैरे विसरून जा. जिथे राहण्याची तुम्हांला भीती वाटते, तिथेच राहा.'') या सगळ्यांत आणखी एक गोष्ट मी केली. माझी पहिली कादंबरी लिहिण्यात मी माझं चित्त एकाग्र केलं. यात व्यावसायिक यशावर माझा लक्ष नव्हतंच. (शेक्सपिअरच्या *हेन्री आयव्ही* या नाटकावर ही कादंबरी आधारित होती. त्यात बोलणारी कुत्री वगैरे संदर्भ होते. त्यामुळे ती बेस्ट सेलर होण्याची शक्यता कमी होती.) पण मला स्वतःला या कामात गुंतवून ठेवायचं होतं. पण अँड्रियाच्या प्रोत्साहनाने दोनच वर्षांनी माझी कादंबरी खरोखरच प्रकाशित झाली. ते पुस्तक मी अँड्रियालाच अर्पण केलं आहे. पण ते केवळ एक पुस्तक नव्हतं मी तिचं देणं लागत होतो... ते माझं उभं आयुष्य होतं...

शस्त्रं

"**तुझ्या** पुस्तकाला प्रकाशक मिळालाय." – **माझा एजंट** सांगत होता.

'काय?'

"आत्ताच त्याचा फोन आला होता. तुझं पुस्तक प्रकाशित होणार आहे. आता लेखक बनणार तू."

"*काय सांगतोस?* खरंच?"

या गोष्टीमुळे माझे पुढचे सहा महिने चांगले गेले.

यामुळेच माझ्या कमी झालेल्या स्वतःबद्दलच्या आदराला, स्वप्रतिष्ठेला उत्तर मिळालं. मी निवांतपणे बिछान्यात पडायचो... आणि छान झोपी जाताना मनात विचार करायचो, *वाह! ही तर फारच भारी गोष्ट आहे. माझं पुस्तक प्रकाशित होणार.*

पण पुस्तक प्रकाशित होणार असेल, किंवा चांगली नोकरी मिळणार असेल, किंवा काहीही चांगलं घडणार असेल तरीही तुम्ही तुमच्या मेंदूत कायमच्या काही सुधारणा करू शकत नाही ना! आणि मग अशातच एक दिवस मी टक्क जागा राहिलो. मला जरा कमी आनंद वाटत होता. मला काळजी वाटायला लागली. आता चिंता एकात एक गुंतायला लागल्या. पुन्हा पुढचे तीन आठवडे मी माझ्या मनातच गुंतून पडलो. पण या वेळी माझ्याकडे काही शस्त्रं होती. त्यांपैकी सर्वांत महत्त्वाचं शस्त्र होतं – मला झालेलं ज्ञान, मला झालेली जाणीव – *मी पूर्वी आजारी होतो. आणि आता मी पुन्हा बरा झालोय. त्यामुळे बरं होणं अगदी शक्य असतं.* दुसरं शस्त्र म्हणजे पळणे... रनिंग! शरीराचा मनावर काय आणि कसा परिणाम होतो, हे मला एव्हाना चांगलंच ठाऊक झालं होतं. त्यामुळे मी अधिकाधिक पळण्याचा सराव सुरू केला.

पळणं

नैराश्य आणि अतिचिंता या दोन्हीला पळवून लावणारा उपाय म्हणून **धावण्याकडे** पाहिलं जातं. माझ्यासाठी हा उपाय नक्कीच लागू पडला. मी जेव्हा पळायला सुरुवात केली, तेव्हा मला अगदी वाईट असे पॅनिक ॲटॅक्स येत होते. आता यात एक गोष्ट मला आवडली होती. या पॅनिक ॲटॅक्सची बरीचशी शारीरिक लक्षणं पळण्याशी निगडित आहेत. उदाहरणार्थ, धपापणारं हृदय, श्वासाला होणारा त्रास, घामाने थबथबणे वगैरे. त्यामुळे झालं असं की, धावताना माझं हृदय धडधडत असलं तरी मला मुळीच काळजी वाटली नाही, कारण ते धडधडतंय याला कारण आहे, हे मला माहीत होतं.

शिवाय यामुळे मला विचार करायला खाद्य मिळालं. मी म्हणजे जगातला सर्वाधिक तंदुरुस्त इसम अजिबातच नव्हतो. त्यामुळे, पळणे ही गोष्ट माझ्यासाठी फार अवघड होती, सोपी नव्हती. मला भरपूर वेदनाही झाल्या. पण प्रयत्न आणि होणारा त्रास याच गोष्टी एकाग्रतेसाठी, माझं लक्ष केंद्रित करण्यासाठी उपयुक्त ठरल्या. अशा प्रकारे माझ्या शरीराला वळण लावताना, प्रशिक्षित करतानाच मी माझ्या मनालाही वळण लावणार आहे, हे मी स्वतःला बजावत होतो. एक प्रकारे ही कृतिशील ध्यानधारणाच होती.

अर्थातच यामुळे तुम्ही तंदुरुस्तदेखील होता. शारीरिक तंदुरुस्ती ही सर्वच बाबतींत फार चांगली असते. जेव्हा मी आजारी पडलो, तेव्हा भयानक प्रमाणात दारू पीत असे, तुफान धूम्रपान करत असे. पण आता ते झालेलं नुकसान भरून काढण्याचा मी प्रयत्न करत होतो.

तर, अशा प्रकारे, मी रोज पळायला जात असे किंवा तसाच एखादा कार्डिओव्हॅस्क्युलर व्यायाम करत असे. प्रसिद्ध लेखक हारूकी

मुराकामी याचं – *व्हॉट आय टॉक अबाउट व्हेन आय टॉक अबाउट रनिंग* हे भन्नाट पुस्तक मी नंतर वाचलं. त्यात त्याने म्हटलं आहे, की पळणं ही गोष्ट मला धुकं नाहीसं करण्यासारखी वाटली. ('तुमच्या व्यक्तिगत मर्यादा लक्षात घेऊन स्वतःची पुरेपूर दमछाक करणं, ही गोष्ट म्हणजे पळण्याचं सार आहे.' असंही मुराकामी याने म्हटलं आहे. तेही मला तंतोतंत पटलं आणि यामुळेच त्याचा मानसिक आरोग्यासाठी फार चांगला फायदा होतो, यावर माझा विश्वास बसण्याच्या अनेक कारणांपैकी एक ही एक गोष्ट आहे.)

मी पळून आलो, की स्ट्रेचिंग करतो, त्यानंतर अंघोळ करतो तेव्हा मला सुटकेची एक हळुवार भावना जाणवते. माझ्या आतून नैराश्य आणि काळजी या दोन्ही गोष्टी निघून जात आहेत, असं वाटू लागतं. ही जाणीव अफलातून असते. पळण्यातून एक प्रकारचा एकसुरीपणादेखील निर्माण होत असतो. तुमचं हृदय एकाच लयीत जोरजोरात धडधड करत असतं, त्याचा एक नाद तुम्हांला ऐकू येत असतो. बांधीव मार्गावर एका तालात वाजणारी तुमची पावलं लयबद्ध पडत असतात. ही गोष्ट नैराश्यासाठी जणू एक उपमा असते. रोज उठून धावायला जाणं, हे एक प्रकारे तुमच्यासाठी युद्धच असतं. फेब्रुवारी महिन्यातल्या थंडीने गारठून टाकणाऱ्या पहाटे उठून पळायला बाहेर पडणं, ही गोष्टच यशाची मोठ्ठी जाणीव तुम्हांला करून देत असते. आणि मनात स्वतःशीच नैराश्याचा एक अबोल संवाद सुरू असतो. – *मला थांबायचं आहे. नाही...पळत राहा! शक्यच नाही, मला श्वासही नीट घेता येत नाहीये. एकच मैल जायचं आहे अजून. मला आता खाली लोळावंसं वाटत आहे. अजिबात थांबू नको.* – अर्थात हा संवाद अगदी क्षीण आवाजात असतो. फारसा गंभीर नसतो. तर, अशा प्रकारे, वेस्ट यॉर्कशायरच्या त्या जीवघेण्या आणि उदास वाटणाऱ्या थंडीत मी जेव्हा स्वतःला तासभर पळण्यासाठी निग्रहाने बाहेर काढतो त्या प्रत्येक वेळी नैराश्य झटकून टाकण्याची एक ताकदच मला काही प्रमाणात मिळत असते. ''कुणाशी पंगा घेतोयस, हे नीटच लक्षात ठेव बरं का!'' असं जणू मी मनातल्या मनात नैराश्याला सांगत असतो.

याचाही काही वेळेला फायदा होतो, नेहमी फायदा होतोच असं नाही. हे काही अगदी १०० टक्के सिद्ध झालेलं नाही. मी काही झ्यूस नाही. देव नाही मी. माझ्याकडे काही जादूची कांडी नाहीये. पण तुम्हांला

पहिल्यापासून माहीत असणाऱ्या काही गोष्टी तुम्ही केल्यात, तर त्याचा नक्कीच फायदा होतो. युद्धासाठी लागणारी शस्त्रं कदाचित मागे पडतील, त्यांवर गंजही चढेल, पण ती पुन्हा धार काढून लखखं पाजळता येतीलच. तर, लेखन, वाचन, बोलणं, प्रवास, योगाभ्यास, ध्यानधारणा आणि धावणे – ही माझ्यासाठी काही शस्त्रंच आहेत.

मेंदू हेच शरीर - भाग दोन

'मानसिक आजार' ही अगदी गैरसमज निर्माण करणारी संज्ञा आहे, असं **मला वाटतं**. मानेच्या वर जे जे काही प्रश्न निर्माण होतात, आजार होतात, त्या सर्वांना सरसकट मानसिक आजार असं म्हटलं जातं, असं मला वाटतं. नैराश्य आणि अतिचिंता या गोष्टींनी मन जे प्रश्न निर्माण करतं आणि या प्रश्नांचं स्वरूप गंभीर बनवतं, त्या सगळ्यांचे शारीरिक परिणामही दिसून येतात.

उदाहरणार्थ, NHS (National Health Service - इंग्लंडमधली सरकारी सेवा) ने त्यांच्या वेबसाइटवर पुढील काही आजार हे अतिचिंतेमुळे दिसून येणारी मानसिक लक्षणं आहेत, असं नमूद केलं आहे.

अस्वस्थपणा.

घाबरणे.

सततचा ताण.

लक्ष केंद्रित करण्यात अडचण.

चिडचिड.

उतावळेपणा.

अगदी सहजपणे लक्ष विचलित होणे.

पण, NHSने शारीरिक लक्षणांची यादी अधिक मोठी दिली आहे.

गरगरणे.

सतत गुंगी येणे किंवा थकवा जाणवणे.

एखाद्या भागात सुया टोचल्याची जाणीव.

हृदयाचे अनियमित ठोके.

स्नायू दुखणे किंवा ताण येणे.

तोंड कोरडे पडणे.

अति घाम येणे.

धाप लागणे.

पोटदुखी.

मळमळ.

हगवण.

डोकेदुखी.

अति तहान लागणे.

सतत लघवीची भावना.

वेदनादायी किंवा अनियमित पाळी.

झोप न येणे किंवा स्वस्थ झोप न लागणे (निद्रानाश).

या यादीत समविष्ट नसलेलं पण इतर काही ठिकाणी नमूद केलेलं शारीरिक आणि मानसिकही लक्षण म्हणजे *सत्यतेच्या भावनेचा अभाव!* हे लक्षण तुम्हांला *सर्व काही खोटं आहे*, अशी जाणीव करून देतं. तुम्हांला आत खोलवर पोकळपणा जाणवत राहतो. कुठूनतरी तिसऱ्याच ठिकाणी बसून तुम्ही तुमच्या शरीरावर नियंत्रण ठेवत आहात, असं तुम्हांला वाटतं. एखादा लेखक आणि त्याचा काल्पनिक किंवा आत्मचरित्रात्मक-सदृश निवेदक यांच्यात जे अंतर असतं, तसं हे अंतर जाणवतं. आता साऱ्यांचं केंद्रस्थान तुम्ही नसता.

प्रसिद्ध व्यक्ती

नैराश्य तुम्हांला एकाकीपणा देतं. हे त्याचं प्रमुख लक्षण आहे. त्यामुळे तुम्ही एकटे नाही, ही जाणीव नैराश्यातून वर यायला मदत करते. आपल्या समाजाची एकून रचना बघता आणि त्यातल्या प्रसिद्ध लोकांची आपल्या प्रश्नांबद्दल मोकळेपणाने बोलण्याची वृत्ती लक्षात घेता, अनेक प्रसिद्ध व्यक्तींना खूप प्रश्न असल्याचं आपल्याला समजतं. अर्थात, यात त्रास काहीच नाही, जितकं जास्त याबद्दल आपल्याला कळेल, तितकं उलट बरंच आहे. तरी, नेहमीच नाही... एक लेखक म्हणून - अर्नेस्ट हेमिंग्वेबाबत सतत विचार करणं आणि त्याने आपली बंदूक घेऊन काय केलं हा विचार करणं, मला नको वाटतं. किंवा सिल्विया प्लाथ हिच्या डोक्याला ओव्हनमध्ये काय झालं, याबद्दलही मला मुळीच विचार करण्याची इच्छा नसते. व्हॅन गॉग आणि त्याच्या कानाची गोष्ट मला मुळीच आठवावीशी वाटत नाही. पण एक समकालीन लेखक म्हणून मला डेव्हिड फॉस्टर वॉलेस याच्याविषयी मात्र कौतुक वाटतं. त्याने गळफास घेतला होता, ही गोष्ट १२ सप्टेंबर २००८ची! त्यानंतर माझ्या मनात नैराश्य एकदम उफाळून आलं. यासाठी लेखक असण्याचीच गरज नाही. रॉबिन विल्यम्स या अभिनेत्याच्या मृत्यूनंतर लक्षावधी लोक केवळ दुःखी झाले असं नाही, तर अनेकांना या गोष्टीची भीती वाटली होती. त्यात एक मीही होतो. जणू काही त्याच पद्धतीने आम्हीही आमची आयुष्यं संपवू शकलो असतो...!

पण मग लक्षात आलं की नैराश्याचा सामना करणारे इतरही बरेच लोक आहेत, त्यांनी कुठे स्वतःला संपवून टाकलं? मार्क ट्वेन नैराश्यग्रस्त होता, पण त्याचा मृत्यू हृदयविकाराच्या झटक्याने झाला. टेनेसी विल्यम्सच्या

घशात चुकून त्याच्या नेहमीच्या वापराच्या आय ड्रॉप्सच्या बाटलीचं झाकण अडकलं आणि तो गेला.

जे लोक नैराश्यग्रस्त होते किंवा जे अजूनही नैराश्याशी सामना करत आहेत, पण तरीही त्यांनी आयुष्यात खूप मोठं काम केलं आहे किंवा करत आहेत, अशा लोकांची नुसती नावं जरी पाहिली, तरी बरं वाटतं. इथे मी माझी यादी देतो आहे :

बझ ओल्ड्रीन
हॅले बेरी
झॅक ब्राफ
रसेल ब्रँड
फ्रँक ब्रुनो
आलस्टेर कॅम्पबेल
जिम कॅरी
विन्स्टन चर्चिल
रिचर्ड ड्रेफस
कॅरी फिशर
एफ. स्कॉट फिट्झजेरल्ड
स्टीफन फ्राय
ज्युडी गार्लंड
जॉन हॅम
ॲनी हॅथवे
बिली जोएल
अँजेलिना जोली
स्टीफन किंग
अब्राहम लिंकन
वॉल्फगँग ॲमिडीअस मोझार्ट

आयझॅक न्यूटन

अल पचिनो

ग्विनथ पाल्ट्रो

डॉली पार्टन

प्रिन्सेस डायना

ख्रिस्टिना रिची

टेडी रूझवेल्ट

विनोना रायडर

ब्रूक शिल्ड्स

चार्ल्स शुल्झ

बेन स्टिलर

विल्यम स्टायरन

एमा थॉम्पसन

उमा थर्मन

मार्कस ट्रेस्कॉथिक

रुबी वॅक्स

रोबी विल्यम्स

टेनेसी विल्यम्स

कॅथरीन झिटा जोन्स

आणि हे आपल्याला काय शिकवतात? हेच, की नैराश्य हे कुणालाही येऊ शकतं. अगदी पंतप्रधान, राष्ट्राध्यक्ष, क्रिकेटपटू, नाटककार, बॉक्सर्स, हॉलीवूडच्या विनोदपटातले अभिनेते... अगदी कुणालाही! हे आपल्याला माहीत आहे. अजून काय? प्रसिद्धी आणि पैसे या गोष्टी आपलं मानसिक विकारांपासून रक्षण करू शकत नाहीत. ही गोष्टसुद्धा आपल्याला माहीत आहे. प्रसिद्ध व्यक्तींनाही मानसिक आजार होऊ शकतात, ही गोष्ट अशासाठी महत्त्वाची ठरते. कारण *मानसिक आजार कुणालाही होऊ शकतात*, हे

आपल्याला माहीत असतं, पण ते वारंवार आपल्याला कुणीही सांगत नसतं, ते आपल्याला कळतं.

मला आठवतं, एकदा मी डेन्टिस्टकडे बसलो होतो, तेव्हा हॅले बेरी या प्रसिद्ध अभिनेत्रीची मुलाखत वाचत होतो. त्या मुलाखतीत तिने काहीही न लपवता, एका गॅरेजमध्ये गाडीत बसून तिने विषारी कार्बन मोनॉक्साइडच्या मदतीने आत्महत्या करण्याचा कसा प्रयत्न केला होता हे सांगितलं होतं. त्या मुलाखत घेणाऱ्या व्यक्तीला तिने सांगितलं होतं की माझी आई मला शोधत असेल, एवढा एकच विचार माझ्या मनात आला आणि मी माझा विचार बदलला.

त्या मासिकावर हसऱ्या चेहऱ्याच्या आणि छान खंबीर दिसणाऱ्या हॅले बेरीला बघून मला फार धीर वाटला होता. कदाचित तिचा फोटो फोटोशॉप केला असेलही, तरी काय झालं? ती जिवंत होती, आनंदात आहे, असं वाटत होतं आणि माझ्यासारख्या प्राणिमात्रांच्या गटात होती... तर, आपल्या सगळ्यांनाच आजारातून बरं झालेल्यांच्या गोष्टी वाचायला आवडतात. उदय-अस्त-पुन्हा उदय या साच्याच्या गोष्टी आपल्याला आवडतात. सेलीब्रेटी मॅगझिन्स अशा गोष्टी सातत्याने प्रकाशित करत असतात.

नैराश्यग्रस्त अतिप्रसिद्ध लोकांबाबत अनेक चित्रविचित्र कल्पना असतात. विशिष्ट यश आणि पैसे मिळवले की या लोकांना मानसिक आजार होतातच, असा उगीच एक समज असतो. गंमत म्हणजे फक्त मानसिक आजारांबाबतच लोक अशा गोष्टी बोलत असतात. साधा ताप किंवा इतर आजारांबाबत असे काहीही समज-गैरसमज नसतात. पुस्तकाला किंवा एखाद्या चित्रपटाला काहीएक विषय असतो, पण नैराश्य हे असं कोणत्याही गोष्टीबद्दल नसतं.

नैराश्यामुळे आणखी एक गोष्ट घडते, ती म्हणजे ते अपराधीपणाची भावना तुमच्या मनात निर्माण करतं. नैराश्य तुम्हांला म्हणतं, ''बघ बघ, तुझं आयुष्य किती चांगलं सुरू आहे, सगळंच चांगलं आहे. तुझा/तुझी मित्र/मैत्रीण/नवरा/बायको/मुलं/कुत्रा/सोफा/ट्विटर फॉलोअर्स/तुमची नोकरी/कोणतेही आजार नाहीत/तू लवकरच सुट्टीसाठी इटलीला जाणार आहेस/तुझं कर्ज जवळपास संपलं आहे/तुझ्या आईवडिलांचा घटस्फोट झालेला नाही... असं बरंच काही!

वरकरणी सगळं काही छान चाललेलं असतं, त्याच वेळी नैराश्य प्रचंड प्रमाणात वाढू शकतं. कारण तुम्हांला काय वाटतं आहे आणि तुम्हांला काय *वाटणं* अपेक्षित आहे यातली दरी वाढत जाते. कसं ते सांगतो. एखाद्या युद्धकैद्याला कोठडीमध्ये जेवढं नैराश्य येईल, तसं तुम्हांला आलं असेल. तुम्ही प्रत्यक्षात त्या कोठडीत नसाल, कुठलंही बंधन नसणाऱ्या वातावरणात छान घरात तुम्ही राहत असाल, तर तुम्ही स्वतःलाच प्रश्न करता, ''अरे! हेच तर सगळं आपल्याला हवं होतं. ते सर्व मिळालंही आहे आणि तरीही मी खूश का नाही?''

टॉकिंग हेड्स या गाण्यात उल्लेख आहे, तसं तुमच्या बाबतीत होऊ शकतं. आपलं सुंदर घर आहे, देखणी बायको आहे – हे कसं मिळालं? मागचे दिवस आठवतात, कसं जमलं आपल्याला? काय कमी आहे, हा विचार सतत येत राहतो. आयुष्यात आपल्याला गोष्टी हव्या वाटत होत्या, ही चुकीची गोष्ट होती का? मग वाटू लागतं – स्मार्ट फोन्स, सुंदर बाथरूम्स, कौशल्याने बनवलेले टीव्ही या गोष्टी आपल्या सोयीसाठी होत्या की त्यातून प्रश्नच निर्माण झाले. आपल्या आयुष्याच्या सापशिडीच्या पटावर जी शिडी आहे, असं वाटत होतं तो तर सापच निघाला, असं वाटायला लागतं. याच सापाने आपल्याला थेट खाली फेकून दिलंय असेही विचार मनात घर करायला लागतात. बुद्धाच्या शिकवणीचे अनुयायी असणाऱ्या कोणत्याही व्यक्तीला तुम्ही विचारलं तर ते हेच सांगतील, भौतिक गोष्टींशी तुम्ही जितके चिकटून राहाल, तेव्हढा तुमचाच त्रास अधिक वाढत जाणार आहे.

वेडगळ जगात तुमचे प्रतिसाद, तुमच्या कृती या वेडगळपणाच्याच असतात, असं म्हटलं जातं. कदाचित तसंच काही प्रमाणात नैराश्य हा आपल्याला जे आयुष्य समजत नाही, अशा आयुष्याला दिलेला प्रतिसाद असू शकतो. आयुष्याचा कितीही विचार केला तरी ते पूर्णपणे कुणालाच कळत नाही. आयुष्य हे अपरिहार्य आहे, असा विचार ही नैराश्याबाबतची सर्वांत चीड आणणारी गोष्ट असते. तरी, नैराश्य अनेक विचारवंतही घडवत असतात. अब्राहम लिंकनना विचारा.

अब्राहम लिंकन आणि भीतिदायक भेट

अब्राहम लिंकन यांनी वयाच्या ३२व्या वर्षी जाहीर केलं की, मी या जगातला सर्वांत दयनीय असा जिवंत माणूस आहे. वयाच्या त्या टप्प्यापर्यंत ते दोन वेळा जबरदस्त नैराश्याने कोलमडून गेले होते.

''मला जे वाटत होतं ते मी सगळ्या मानव जातीत सारखं वाटून दिलं, तर या पृथ्वीतलावर हसरा चेहराच दिसणार नाही. मी कधी बरा होईन तरी का, ते मी सांगू शकणार नाही. भयानक वाटलं तरी सांगतो, मी नाही बरा होणार. आत्ता आहे, तसाच राहणं अशक्य आहे. मग मला एक तर मेलं पाहिजे किंवा बरं झालं पाहिजे.''

लिंकन यांनी त्यांच्या स्थितीबद्दल इतक्या खुलेपणाने गोष्टी सांगितल्या, तरी त्यांना आत्महत्येबद्दल मुळीच भीती नव्हती. त्यांनी पर्याय निवडला तो जगण्याचा!

द *अटलांटिकमध्ये* लिंकन यांच्या प्रचंड नैराश्यावर जोशुआ वोल्फ शेंक यांनी फार चांगला लेख लिहिला आहे. लिंकन यांना नैराश्यामुळे आयुष्याबाबत खोल जाऊन ते कसं समजून घेता आलं, याबद्दल लिहिलं आहे. ते लिहितात,

> ''आपल्या मनातल्या सर्व भीती जाणून घेण्यावर आणि स्वीकारण्यावर त्यांनी भर दिला. साधारण विशी संपताना आणि तिशीच्या आरंभी त्यांनी अधिकाधिक प्रयत्नपूर्वक भीतीचा सामना केला. अल्बर्ट कॅम्यूने अगदी हेच सांगितलं

आहे – भीती कशा प्रकारे हाताळायची, हाच माणसासमोरचा अत्यंत गंभीर प्रश्न असतो. आपण जगू शकू का, आयुष्यातल्या दुःखाला तोंड देता येईल का – असं त्यांनी स्वतःला विचारलं आणि जगायचा निर्णय घेतला. आपण जिवंत आहोत तोपर्यंत आयुष्यात काहीतरी मिळवायचं, अशी त्यांच्या मनातली विजिगीषा होती.

''ते अगदी गंभीर प्रवृत्तीचे होते. इतिहासातल्या अनेक महान लोकांमधलं गंभीर व्यक्तिमत्त्व! त्यांनी मानसिक आणि शारीरिकही युद्धं लढली. कदाचित त्रास म्हणजे काय, छळ होणे म्हणजे काय, याचं त्यांना जे अनुभवांती ज्ञान मिळालं होतं त्यामुळे ते गुलामगिरी कायद्यात बदल करायला उद्युक्त झाले असते. (ते एकदा म्हणाले होते की, जेव्हा कुणी व्यक्ती माझ्याजवळ गुलामगिरीबद्दल भलावण करते, तेव्हा त्या व्यक्तीवरच मला त्याचा प्रयोग करून बघावा, असं तीव्रतेने वाटतं.)''

नैराश्याला तोंड देणारा लिंकन हा काही एकमेव नेता नव्हता. विन्स्टन चर्चिल यांनीदेखील या 'ब्लॅक डॉग'बरोबर (नैराश्य) बरंचसं आयुष्य काढलं. एकदा एका तरुण संशोधकाला नोकरी देत असताना आगीकडे बघत ते म्हणाले होते, ''लाकूड का दुभंगतं, हे मला ठाऊक आहे. एखादी गोष्ट पुरती शोषून घेतली जाणे म्हणजे काय, हेही मला माहितीय.''

आणि ते त्यांना खरोखरच माहीत होतं. कार्यक्षेत्रात त्यांनी जे यश संपादन केलं, त्याचा विचार केला, तर ते आजपर्यंतच्या इतिहासातले सर्वांत कृतिप्रवण व्यक्ती आहेत. तरी त्यांनाही सतत निरुत्साही आणि उदास वाटत असे.

राजकीय तत्त्वज्ञ जॉन ग्रे हा माझा नॉनफिक्शन लिहिणारा अगदी आवडता (हा माझा आवडता लेखक का आहे, हे जाणून घ्यायचं असेल तर त्याचं *स्ट्रॉ डॉग* हे पुस्तक वाचा) लेखक! त्याने लिहिलं आहे, चर्चिल युद्धाच्या काळात चांगला नेता व्हावं म्हणून नैराश्यातून वर आले नाहीत, तर नैराश्याच्या अनुभवामुळेच, ते तेव्हा चांगला नेता बनू शकले.

बीबीसीसाठी लिहिलेल्या लेखात ग्रे असा युक्तिवाद करतात, की कमालीचा मोकळेपणा हे चर्चिल यांचं वैशिष्ट्य होतं. त्याच्या आधारे, ते

पुढे वाढून ठेवलेले धोके आधीच ओळखत असत किंवा त्यांना अंदाज येत असे. पारंपरिक विचार करणाऱ्या मनाच्या व्यक्तींना हा अंदाज येत नाही. ''बहुतांश राजकीय नेते आणि धोरणकर्ते जे हिटलरला खूश करण्याचा प्रयत्न करत होते, त्यांच्या दृष्टीने नाझी हे जर्मन राष्ट्रवादाची प्रखर अभिव्यक्ती होती.'' असंही ग्रे यांनी लिहिलं आहे. वेगळ्या भयाचा सामना करण्यासाठी मनदेखील वेगळं लागतं. ''भीतिदायक गोष्टी घडणार आहेत, ही दूरदृष्टी त्यांना नैराश्यामुळेच लाभली होती.''

होय, नैराश्य हे एक दुःस्वप्नच आहे. पण त्याचा उपयोगदेखील होऊ शकतो का? जगात अनेक सुधारणा घडवून आणण्यासाठी त्याची अनेक प्रकारे मदत होऊ शकते का?

काही वेळा नैराश्य, अतिचिंता आणि निर्मितिक्षमता या गोष्टींतला दुवा नाकारता येत नाही. उदाहरण म्हणून एडवर्ड मंचच्या द *स्क्रीम* या चित्राचा विचार करू, ते फार प्रसिद्ध आहे. पॅनिक अ‍ॅटॅक म्हणजे काय, याचं ते अचूक चित्रण करतंच; पण खुद्द चित्रकाराच्या मते, त्यावर अस्तित्वाच्या भीतीचाही थेट पगडा दिसून येतो. याविषयी त्यांनी लिहून ठेवलं आहे :

> ''मी रस्त्यावरून चालत होतो. अचानक सूर्य मावळला आणि अचानक आकाश रक्ताच्या रंगासारख लाल झालं. मी वाटेत थांबलो आणि शेजारच्या कुंपणावर रेलून उभा राहिलो. मला वर्णनही करता येणार नाही इतका भीषण थकवा आला होता. निळसर- काळ्या समुद्रात आगीच्या अनेक जिव्हा उठत आहेत असं वाटत होतं. सगळीकडे रक्त पसरल्याचा भास होत होता. माझे मित्र पुढे चालत गेले. मी मागे पडलो. भीतीने माझा थरकाप होत होता. मग मला निसर्गाची प्रचंड मोठी किंकाळी ऐकू आली.''

काहींच्या बाबतीत नैराश्याचा एखादा विशिष्ट प्रसंग आला तरी तोच प्रसंग विशिष्ट काम उभं करण्याची बुद्धिमान लोकांना प्रेरणा देतो. ज्या महान व्यक्तींनी नैराश्याचा सामना केला आहे, अशा लोकांच्या नावांकडे, त्यांच्या संख्येकडे दुर्लक्ष करताच येणार नाही. प्लाथ, हेमिंग्वे, वूल्फ अशा काही जणांनी स्वतःला या आजारामुळे संपवलं, हे खरं असलं तरी नैराश्यग्रस्त

व्यक्तींची यादी आश्चर्यचकित करणारी आहे. अनेकदा त्यांचा हा आजार आणि त्यांनी उभी केलेली कामं यांच्यातला दुवादेखील दिसून येतो.

फ्रॉइडचं बरंचसं काम हे त्याच्या स्वतःच्या नैराश्याच्या विश्लेषणावर आणि त्याला त्यावर त्याच्या मते असणाऱ्या उपायांवर आधारित आहे...त्याच्या बाबतीत कोकेनचा फायदा झाला. पण ते जेव्हा इतर रुग्णांना देण्यात आलं, तेव्हा त्याच्या लक्षात आलं की त्याचे काही प्रमाणात व्यसन लागू शकते.

फ्रँझ काफ्का हा अजून एक नैराश्याने त्रस्त असणारा मोठा माणूस. त्याला सामाजिक चिंता छळत असे. त्यालाच आता क्लिनिकल डिप्रेशन असं म्हणतात. हा त्रास त्याला आयुष्यभर होता. तो हायपोकोन्ड्रियॅकसुद्धा होता. या आजारात शारीरिक आणि मानसिक स्तरावर होणाऱ्या बदलाची भीती वाटते. याचा अर्थ असा नाही की तुम्ही हायपोकोन्ड्रियॅक असलात तर तुम्ही कधी आजारी पडणारच नाही. वयाच्या चौतिसाव्या वर्षी त्याला क्षयरोगाची लागण झाली. काफ्काला ज्या गोष्टींचा नैराश्यात फायदा झाला त्या गोष्टी शारीरिक आरोग्यासाठीही उत्तम होत्या. पोहणे, अश्वारोहण, हायकिंग वगैरे.

त्याच्या लेखनात दिसून येणारं बंद ठिकाणांबद्दलचं भय आणि अजिबात ताकद नसण्याची भावना या गोष्टींचा विचार केवळ राजकीय दृष्टिकोनातूनच केला जातो. पण कदाचित त्याला हे भय ज्या आजारामुळे वाटत असे, त्याचाही हा परिणाम असू शकेल.

द *मेटॅमॉर्फोसिस* ही काफ्काची सर्वांत प्रसिद्ध कथा! एक विक्रेता सकाळी झोपेतून उठतो, तेव्हा आपलं रूपांतर एका अजस्र किड्यामध्ये झालं आहे, असं त्याच्या लक्षात येतं. तो प्रचंड झोपलेला असतो आणि त्याला कामावर जायला उशीर झालेला असतो. ही कथा भांडवलशाहीमुळे माणुसकी कशी संपत आहे, या विषयाबाबत होती. पण नैराश्याची एक रूपककथा म्हणूनही तिच्याकडे बघता येईल. त्याच्या या कथेचा नायक जॉर्ज समसाप्रमाणे नैराश्यग्रस्त लोकदेखील हे ज्या खोलीत ते रात्री झोपतात, त्याच खोलीत सकाळी उठल्यानंतर त्यांना अगदी वेगळंच काही वाटू शकतं. ते स्वतःसाठीही परके होतात. एखाद्या दुःस्वप्नात अडकल्याची त्यांची जाणीव असू शकते.

तसंच, 'आय फेल्ट अ फ्युनरल, इन माय ब्रेन' ही कविता कमालीचा मानसिक त्रास नसता तर एमिली डिकिन्सन लिहू शकली असती का? अर्थात अनेक नैराश्यग्रस्त व्यक्ती या एखादा लिंकन किंवा डिकिन्सन किंवा चर्चिल किंवा मंच किंवा फ्रॉईड किंवा काफ्का (किंवा मार्क ट्वेन किंवा सिल्विया प्लाथ किंवा जॉर्जिया ओ'किफ किंवा इयान कर्टिस किंवा कर्ट कोबेन) बनणार नाहीत, पण तसे अनेक लोकही या व्यक्ती बनू शकणार नाहीतच.

लोक मानसिक आजारांबाबत 'असं असूनसुद्धा' हे शब्द वापरतात. म्हणजे, अमक्या तमक्याने नैराश्य/अतिचिंता/मंत्रचळ/सार्वजनिक ठिकाणचं भय हे *असूनसुद्धा* अमुक अमुक गोष्टी केल्या. काही वेळा हे 'असं असूनसुद्धा'च्या जागी 'कारण' हा शब्द अधिक योग्य ठरतो. उदाहरणार्थ, मी लेखन करतो; कारण मी नैराश्यग्रस्त आहे. कमालीच्या कुतूहलाने आणि उत्साहाने अनेक गोष्टींचा शोध घेण्यासाठी जी तीव्र इच्छा लागते, तीच नसते. आमच्या बाबतीत विचार केला, तर भीतीमुळे आम्हांला कुतूहल वाटतं. दुःखामुळे आम्ही तात्त्विक गोष्टी बोलतो किंवा त्यांचा विचार करतो. (जगावं की मरावं हा अनेक नैराश्यग्रस्तांसाठी रोजचा प्रश्न असतो.)

आता पुन्हा एकदा अब्राहम लिंकन यांच्याकडे वळू. त्यांनी आयुष्यभर नैराश्याचा सामना केला, ही सगळ्यांत नोंद घेण्यासारखी गोष्ट आहे. त्यांनी त्यावर कधीही पूर्णपणे मात केली नाही. ते त्याच्या साथीनेच जगले. आणि तरीही... त्यांनी महान कार्य केलं. जोशुआ वोल्फ शेंक यांच्या ज्या लेखाचा मी उल्लेख केला, त्याच लेखात त्यांनी म्हटलं आहे, की लिंकन यांची महानता, त्यांचा मोठेपणा या बाबत त्यांच्या व्यक्तिगत त्रासावर त्यांनी केलेली मात - या अर्थाने बघता येणार नाही. उलट, तो त्रास त्यांना ज्या कारणांमुळे झाला त्यावरच त्यांनी मात केली, अशा प्रकारेच त्यांच्या कार्याकडे बघावं लागेल. स्वतःचे औदासीन्याचे प्रश्न सोडवले, म्हणून लिंकन मोठं काम करू शकले, असं अजिबात नाही. तर त्यांच्या औदासीन्याने मोठं काम करण्याच्या त्यांच्या इच्छेला खतपाणी घातलं.

म्हणूनच, नैराश्यावर जरी पूर्णपणे मात करता आली नाही, तरी - कवी लॉर्ड बायरनने म्हटल्याप्रमाणे 'भीतिदायक भेट' असं त्याकडे बघता येईल.

चर्चिल किंवा लिंकन यांच्याप्रमाणे सारा देश चालवण्यासाठी त्याचा वापर करण्याची आपल्याला आवश्यकता नाही. किंवा एखादं सुंदर चित्र रंगवण्यासाठीदेखील ती वापरण्याची गरज नाही.

आपण तिचा वापर फक्त आयुष्यात... जगताना करू शकतो. उदाहरण म्हणून सांगतो. जेव्हा मला मर्त्यता या गोष्टीची भेदक जाणीव झाली, तेव्हा आयुष्याचा जिथे जिथे आनंद घेणं शक्य आहे, तिथे तिथे आनंद घेण्याचा मी दृढ निश्चय केला. या गोष्टींनी मला जिच्यावर माझं प्रेम आहे, अशी माझी पत्नी आणि माझी मुलं यांच्या सोबत व्यतीत केलेल्या सुंदर क्षणांचं मोल जाणता आलं. म्हणजेच, नैराश्य जसं वाईट गोष्टी देतं, तसंच ते चांगल्या गोष्टीदेखील देतं.

कला किंवा राजकीय क्षेत्रातलं उत्साहानं केलेलं काम हा या चांगल्या गोष्टींचाच एक भाग आहे. आणखी अनेक प्रकारे चांगले पैलू व्यक्त होऊ शकतात. या गोष्टी कदाचित तुम्हांला प्रसिद्ध बनवू शकणार नाहीत, पण तुमच्या दीर्घ प्रवासात फार फायदेशीर ठरतील.

नैराश्य म्हणजे...

एक अन्तस्थ युद्ध.

ब्लॅक डॉग (नैराश्याबाबत वापरली जाणारी संज्ञा) (विन्स्टन चर्चिल आणि डॉ. जोन्स यांचे आभार.

अदृश्य अग्नी.

एखादा प्रेशर कुकर.

मनातला सैतान.

एक तुरुंग.

रिकामपण.

घंटाकृती बरणी. ('अशाच बरणीखाली मी बसले होते. माझ्याच आंबूस वासात गुदमरत होते.' - असं प्लाथने लिहिलं होतं.)

मनाच्या ऑपरेटिंग सिस्टिममधला वाईट कोड.

समांतर विश्व.

आयुष्यभराची लढाई.

मर्त्यपणासोबत येणारी गोष्ट.

जिवंत दुःस्वप्न.

प्रतिध्वनी ऐकू येणारं दालन.

गडद, आशाहीन आणि एकाकी.

प्राचीन मन आणि आधुनिक जग यांच्यामधील द्वंद्व.

बेक्कार वेदना.

नैराश्य म्हणजे हेही...

तुमच्यापेक्षा ते लहान असतं.

ते कितीही व्यापक आणि मोठं वाटलं तरी ते नेहमीच तुमच्यापेक्षा लहानच असतं. ते तुमच्या आत कार्यरत असतं. तुम्ही त्याच्यात कार्यरत नसता. आकाशातून लहरत जाणारा तो काळा ढग असतो, पण ही जर उपमा असेल, तर तिच्यातलं आकाश तुम्ही असता.

तुम्ही नैराश्य येण्याच्या आधीही असता. आकाशच नसेल, तर ढग असू शकत नाही. पण ढग नसतानाही आकाश अस्तित्वात असू शकतं.

दोन काळांतला संवाद - भाग तीन

तेव्हाचा मी : हे फार भयानक आहे.

आत्ताचा मी : काय?

तेव्हाचा मी : आयुष्य, माझं मन आणि त्याचं वजन.

आत्ताचा मी : श्शूडडडड! थांबव ही बडबड. तू एका क्षणात अडकला आहेस. थांब. हा क्षण जाईल. बदलेल.

तेव्हाचा मी : अँड्रिया मला सोडून जाईल.

आत्ताचा मी : नाही, नाही. ती जाणार नाही. ती माझ्याशी लग्न करेल.

तेव्हाचा मी : काहीही काय? माझ्यासारख्या वेड्या माणसाशी कोण आयुष्यभर बांधून घेईल स्वतःला? घेईल का कुणी?

आत्ताचा मी : हो... नक्कीच. आणि बघ ना तू प्रगती करतोयस. आता तू दुकानात जातोस. तुला पॅनिक अ‍ॅटॅक्स येत नाहीत. आता सतत तुला ओझं जाणवत नाही.

तेव्हाचा मी : मला जाणवतं.

आत्ताचा मी : नाही. गेल्याच आठवड्यात मी... नाही तू पार्कमध्ये छान उन्हात चालत होतास, तेव्हाच तुला खूप हलकं वाटत होतं. त्या क्षणाचा खरं तर तू विचारही करत नव्हतास.

तेव्हाचा मी : हो. खरं तर हो. बरोबर आहे. आणखी एक गोष्ट आज सकाळी घडली. मी बिछान्यात लोळत पडलो होतो. अचानक मनात विचार आला, नाश्त्यासाठी सिरीयल्स आहेत का काही? बास, तेवढंच! ही अगदी नॉर्मल गोष्ट होती. तो विचार मिनिटभरच मनात राहिला. बिछान्यात पडल्या पडल्या नाश्त्याचा विचार करणं.

आत्ताचा मी : *बघ,* आता तुलाच समजलं ना? गोष्टी सतत तशाच राहत नाहीत. म्हणजे *आज* ज्या गोष्टी घडल्या आहेत, त्या तशाच नव्हत्या ना पूर्वी?

तेव्हाचा मी : तरी अजून त्याची खूप तीव्रता आहे.

आत्ताचा मी : ती तीव्रता राहणारच. तू नेहमीच थोडा गंभीर राहणार. कदाचित नैराश्यही असेलच नेहमी. ते तू पुन्हा कधी कोलमडून पडतोस, याची वाट बघत असेल. पण तुझी प्रतीक्षा लांबवरचं *आयुष्य* करत आहे. दिवस मोठा असू शकतो आणि वेळ ताणला जाऊ शकतो, हे नैराश्याने तुला सांगितलं आहे.

तेव्हाचा मी : अरे देवा! होय.

आत्ताचा मी : म्हणूनच तू जाणाऱ्या वेळाची अजिबात काळजी करू नको. एका दिवसाच्या अवकाशात अनंतता सामावलेली असते.

तेव्हाचा मी : I could be bounded in a nutshell and count myself a king of infinite space.

आत्ताचा मी : अरे, हॅम्लेट? वा! फारच छान. एव्हाना मी त्या सगळ्या ओळी विसरून गेलो आहे. युनिव्हर्सिटी सोडून किती दिवस झाले!

तेव्हाचा मी : माझा तुझ्यावर विश्वास बसायला लागला आहे.

आत्ताचा मी : थँक यू!

तेव्हाचा मी : म्हणजे तुझी शक्यता! पुढची अजून दहा वर्षं मी असेन, अशी शक्यता वाटत आहे. आणि मला पुष्कळ चांगलं वाटत आहे.

आत्ताचा मी : हे खरंच आहे. तू असशील. तुझं स्वतःचं कुटुंब आहे. तुझं आयुष्य आहे. आता ते अगदी अचूक नसेल, पण कोणत्याच माणसाचं आयुष्य अचूक नसतं. हे तुझं आयुष्य आहे.

तेव्हाचा मी : मला याचा पुरावा हवा आहे.

आत्ताचा मी : हे मी सिद्ध करू शकत नाही. या जगात टाइम मशिन्स नाहीत.

तेव्हाचा मी : नको. मला वाटतं मला आशा ठेवायला हवी.

आत्ताचा मी : होय. श्रद्धा ठेव.

तेव्हाचा मी : मी प्रयत्न करेन.

आत्ताचा मी : तुझी श्रद्धा आहेच.

भाग ४

जगणं

“आणि अशा प्रकारे हृदय भंगून जाईल... पण तरी जगणं सुरूच राहील.”

- लॉर्ड बायरन,
चाइल्ड *हेराल्ड्स पिल्ग्रिमेज* या कवितेतून

जग

आपण अधिकाधिक निराश होत जावं, अशीच **या जगाची** रचना आहे. अर्थव्यवस्थेसाठी आनंद ही गोष्ट मुळीच चांगली नाही. साधा विचार करा, जर आपण आपल्याकडे जे आहे, त्यात खूश झालो, तर मग आपल्याला अधिक हवं असण्याची गरजच उरणार नाही. तुम्ही अँटी एजिंग मॉयश्चरायझर कसं विकणार? तर वार्धक्य येतंय या चिंतेचा कीडा कुणाच्यातरी डोक्यात सोडायला हवा. एखाद्या राजकीय पक्षाला मतं द्यायला तुम्ही लोकांना कसं भाग पाडाल? त्यांच्या मनात इमिग्रेशन विषयाची काळजी निर्माण करा. लोकांना विमा विकत घेण्यासाठी कसं प्रवृत्त कराल? तर, सगळ्यांच गोष्टींबाबत त्यांच्या मनात चिंता निर्माण करा. त्यांना प्लास्टिक सर्जरी करून घेण्यासाठी कसं उद्युक्त कराल? त्यांना त्यांच्या शरीरातील दोष दाखवत राहा. टीव्हीवरचा एखादा कार्यक्रम बघण्याची चटक त्यांना कशी लावाल, तर तो कार्यक्रम बघायचा चुकू नये ही सवय लावून! स्मार्ट फोन घेतलाच पाहिजे, ही तीव्र इच्छा त्यांच्या मनात कशी निर्माण होईल? तर, ते मागे पडतील, या विचाराचं भूत त्यांच्या मनात निर्माण करा.

शांत... स्थिरचित्त राहणं ही जणू क्रांतिकारी गोष्ट आहे. आपण जसे आहोत, त्यापेक्षा स्वतःचं अस्तित्व आणखी वर न कल्पताही आनंदी राहणं. माणूस म्हणून आपल्यातला जो गोंधळ आहे, त्या बाबत आपल्याला काहीही अडचण नसलीच, तर ते व्यवसायाच्या दृष्टीने ठीक होणार नाही.

आणि तरीही जगण्यासाठी आपल्याकडे दुसरं जग नाही. मात्र जेव्हा जवळून विचार करतो, तेव्हा आपल्या लक्षात येतं की हे जाहिरातींचं जग काही खरं नाही. हे काही खरं जगणं नाही. जगणं ही फार वेगळीच गोष्ट

आहे. फालतू गोष्टी बाजूला सारल्यानंतर किंवा किमान त्यांच्याकडे पूर्णतः दुर्लक्ष केल्यानंतर जे उरतं, ते खरं आयुष्य... खरं जगणं!

जी माणसं तुमच्यावर प्रेम करतात, ते खरं आयुष्य! आयफोनसाठी जिवंत राहावं, असं कुणाला वाटेल, सांगा पाहू. त्या आयफोनच्या माध्यमातून ज्या लोकांपर्यंत आपण पोहोचतो, ते महत्त्वाचं!

एकदा आपण बरे व्हायला लागलो, पुन्हा एकदा जगायला लागलो की नव्या नजरेने आपण सगळ्या गोष्टी पाहू लागतो. सारं काही अधिक सुस्पष्ट व्हायला लागतं आणि ज्या गोष्टींची पूर्वी जाणीवही नव्हती, त्या गोष्टी उमजायला लागतात.

घातक धुराचे ढग

मी चोवीस वर्षांचा होतो, तेव्हा नैराश्य माझ्या आयुष्यात आलं. त्या आधी अतिचिंता आणि नैराश्य असं दुहेरी संकट माझ्या दारावर धडक देणार आहे, हे मला **जाणवलं नव्हतं**. पण ही गोष्ट तेव्हा माझ्या लक्षात यायला हवी होती. कारण त्याच्या धोक्याची सगळी लक्षणं दिसत होती, जाणवत होती. टीन एजमधली उदासी! प्रत्येक गोष्टीबद्दलची काळजी वगैरे. अगदी हल युनिव्हर्सिटीमध्ये असतानाही धोक्याची कित्येक लक्षणं जाणवत होती. मात्र या सर्व लक्षणांबाबत एक गोष्ट असते. आधी काय झालं आहे, हेच आपल्याला ठाऊक असतं, पुढे काय घडू शकतं, याची अजिबात कल्पना नसते. त्यामुळे खरोखर काही घडलं नाही, तर पुढे ते घडेलच हे समजणं अगदीच अवघड असतं.

नैराश्य आधीही कधी आलेलं *असेल*, तर त्याचा एक फायदा असतो. नेमकं कोणत्या गोष्टींकडे लक्ष द्यायचं किंवा कोणती लक्षणं ओळखायची, हे तुम्हांला माहीत असतं. मी युनिव्हर्सिटीमध्ये होतो, तेव्हा अशा अनेक गोष्टी मला ओळखता आल्या असत्या. पण माझ्या कधी त्या लक्षात आल्याच नाहीत.

युनिव्हर्सिटीच्या वाचनालयात पाचव्या मजल्यावर मी शून्यात नजर लावून वर आकाशाकडे नुसता बघत बसायचो. मनात सतत एक पोकळ भीती भरून राहिलेली असायची आणि दूर क्षितिजावर एखाद्या अणुबाँबच्या स्फोटानंतर जे धुराचे ढग (mushroom clouds) उसळतात, ते दिसत राहायचे. कधीकधी मला जरासं विचित्र वाटायचं. सगळं धूसर धूसर वाटायचं, भरपूर दारू प्यायला हवी, अशीही इच्छा व्हायची. आता या सगळ्यांचा विचार मी करतो.

मला एकदा पॅनिक अ‍ॅटॅकदेखील येऊन गेला. अर्थात त्याची तीव्रता नंतरच्या अ‍ॅटॅक्सइतकी नव्हती. काय झालं ते सांगतो.

मी इंग्लिश आणि इतिहास अशा दोन विषयांत पदवीसाठी अभ्यास करत होतो. त्यासाठी मी कलेचा इतिहास (Art History) हे मोड्यूल निवडलं होतं. या मोड्यूलमध्ये मला टर्ममध्ये कधी ना कधीतरी आधुनिक कला चळवळ (modern art movement) या विषयावर एक सादरीकरण करावं लागणार होतं. मात्र, तेव्हा ही गोष्ट माझ्या लक्षात आली नव्हती. या सादरीकरणासाठी मी घनवाद (Cubism) हा विषय निवडला.

आता ही अगदी साधी गोष्ट होती. पण मला त्याची प्रचंड भीती वाटत होती. मला चार लोकांसमोर उभं राहून एखादा विषय मांडण्याची, जाहीररीत्या बोलण्याची नेहमीच अत्यंत भीती वाटायची. पण हे प्रकरण वेगळंच होतं. त्या सेमिनार रूममध्ये बारा किंवा तेरा लोकांच्या समोर उभं राहून तब्बल २० मिनिटं त्यांच्याशी संवाद साधायचा आहे, ही कल्पनाच मुळी माझ्या पचनी पडत नव्हती. ते सगळे लोक अगदी पूर्ण लक्ष देऊन माझ्याचकडे बघत आहेत, माझाच विचार त्यांच्या डोक्यात सुरू आहे आणि माझ्या तोंडातून बाहेर येणारा प्रत्येक शब्द ते काळजीपूर्वक ऐकत आहेत हे चित्र मला अस्वस्थ करत होतं.

आईने मला फोनवरूनच समजावलं, ''अरे, प्रत्येकालाच भीती वाटत असते. त्यात काय एवढं? बघता बघता तो दिवस येईल आणि जाईलसुद्धा!''

पण तिला काय माहीत होतं?

म्हणजे, तिथं उभा राहिल्यावर माझ्या नाकातून रक्त वाहायला लागलं, तर? किंवा माझ्या तोंडातून एकही शब्दच फुटला नाही, तर? आणि मला तिथेच लघवी झाली, तर? या जोडीला मनात इतरही अनेक शंका होत्या. एखादा शब्द नेमका कसा म्हणायचा? उदाहरणार्थ, Picabia! जॉर्ज ब्राक या फ्रेंच चित्रकाराच्या *नेचर मॉर्त* या प्रसिद्ध चित्राच्या नावाचा उच्चार फ्रेंच थाटाच्या उच्चारात करायचा की नाही? अशा अनेक शंका!

जवळपास पाच आठवडे माझी मोठी उलघाल होत होती. कशाचाही आनंद धड घेता येत नव्हता; कारण या सादरीकरणाचा दिवस जवळ येत होता. बरं, या प्रकाराचं माझ्या अभ्यासक्रमात मूल्यमापन होणार होतं,

त्यामुळे मला ते टाळणं अशक्य होतं. मला एकाच वेळी स्लाइड्स दाखवत बोलायचं होतं. हा मेळ घालण्याच्या प्रकाराची मला मुख्यतः चिंता वाटत होती. स्लाइड्स उलट्या दिसल्या तर? पिकासोचं एखादं चित्र दाखवून मी हुवान ग्री (लिहिताना - Juan Gris)च्या *पोर्ट्रेट ऑफ पिकासो*बद्दल बोललो तर? थोडक्यात काय- तर सादरीकरण करताना ते फसण्याच्या अगणित शक्यता होत्या.

'दृष्टिकोन सोडून देणारी कला चळवळ' असा माझा विषय होता आणि इथे माझाच दृष्टिकोन सुटत चालला होता. हरवत होता.

तो दिवस उगवला. मंगळवार, १७ मार्च १९९७! हलमधल्या अगदी रटाळ दिवसांसारखाच तोदेखील उदास दिवस वाटत होता. पण प्रत्यक्षात तसा नव्हता तो. बाह्य रूप अनेकदा फसवं असतं. त्या दिवशी हवेतच भीती भरून राहिली होती. सगळ्यांच गोष्टी - म्हणजे अगदी माझ्या विद्यार्थ्यांच्या मठीसारख्या असणाऱ्या घरातलं सामानसुद्धा एखाद्या अदृश्य युद्धातल्या शस्त्रांसारखं दिसू लागलं होतं. आणि हे अदृश्य युद्ध माझ्या विरुद्धचं होतं. माझ्या या गॉथिक लिटरेचरच्या मोड्यूलसाठी *ड्रॅक्युला* वाचण्याचाही काहीही फायदा होत नव्हता. ('अनेक आश्चर्यांच्या सागरात मी आहे. मला शंका आहेत, माझ्या मनात एक भीती आहेत, अनेक विचित्र गोष्टींचा मी विचार करतो, पण या सगळ्या गोष्टींची कबुली मी माझ्या आत्म्यालाही दिलेली नाही.')

माझी नुकतीच झालेली गर्लफ्रेंड आणि भावी पत्नी अँड्रिया मला म्हणाली, "तू नेहमीच आजारी असल्याचं ढोंग करू शकतोस."

"नाही गं, या सादरीकरणाचं मूल्यमापन होणार आहे. *मूल्यमापन होणार आहे.*"

"अरे देवा, मॅट, शांत हो. या सगळ्या गोष्टीचा तू इतका मोठा बागुलबुवा करून ठेवला आहेस. त्याची काही गरज नाही."

मग मी औषधांच्या दुकानात गेलो आणि नाट्राकामचा पॅक विकत घेतला. त्या चोवीस गोळ्यांपैकी शक्य तितक्या गोळ्या खाल्ल्या. (मला वाटतं सोळा गोळ्या तरी मी गिळल्या असतील. जवळजवळ दोन स्ट्रिप्स मी खाल्ल्या. त्या गोळ्यांचा वास गवत आणि खडू यांसारखा होता.) या गोळ्यांमुळे आराम मिळेल अशी खात्री दिली होती. तो आराम मला मिळेल, अशी मी वाट बघत बसलो.

पण तो आराम काही मला मिळाला नाही. पण नंतर अंगाची खाज सुटायला लागली आणि रॅश आला.

माझ्या हातांवर आणि मानेवर रॅश आला होता. लालसर चट्टे सगळीकडे उठले होते. त्वचेला नुसती खाज सुटली नव्हती, तर तिथे उष्णतेने आग होत होती. माझा तो सेमिनार सव्वादोनच्या आधी होणार नव्हता. कदाचित हा रॅश म्हणजे माझ्या तणावाला शरीराने दिलेला प्रतिसादही असेल! मी सरळ बारमध्ये गेलो आणि एक पॉइंट लागरचा आणि दोन व्होडकाचे घेतले. एक सिगारेट ओढली. सादरीकरण सुरू व्हायला दहा मिनिटं होती आणि मी अजून आमच्या इतिहास विभागाच्या टॉयलेटमध्ये होतो. कुण्या मूर्खाने तिथे स्वस्तिक कोरून ठेवलं होतं त्याच्याकडे उगीच बघत बसलो होतो.

आता मानेची अवस्था बिकट होत होती. अजून मी तिथे टॉयलेटमध्येच होतो. मनाची तयारी करत होतो.

मला त्या वेळी वेळेची ताकद कळली. काहीही हलत नव्हतं.

'थांब!' मी पुटपुटलो. पण वेळ कधी थांबतो का? त्याला अगदी प्रेमाने थांबायला सांगितलं तरीही तो तुमचं ऐकत नाही, तो पुढे सरकतोच.

शेवटी एकदाचं ते सादरीकरण उरकलं. मी अडखळत कसाबसा बोललो. हिवाळ्यातल्या पानगळीमध्ये पानं हलकी होऊन पाचोळा होतात, तसं माझ्या मेंदूतसुद्धा जीर्ण पान असावं, असं वाटत होतं. एक-दोनदा मी स्लाइड्सचाही घोळ घातला. माझ्या हस्ताक्षरात मी काहीही लिहून समोर ठेवलं नव्हतं, त्यामुळे मध्येच एकदम गप्प झालो. काहीही बोलता आलं नाही. लोक माझ्या अंगावरच्या रॅशला अजिबात हसले नाहीत, मात्र सतत त्याच्याकडे बघून ते अस्वस्थ झाले.

सादरीकरणाच्या मध्यात मात्र मला स्वतःपासून एकदम *तुटल्यासारखं* झालं. पूर्ण गोंधळ उडाला. माझा मीच हरवून गेलो होतो. स्वत्वाची एक जाणीव असते. या जाणिवेचा एक अदृश्य धागा नेहमी जोडलेला असतो. 'मी' असण्याची ती जाणीवच अचानक नाहीशी झाली, तुटून गेली. हेलिअमचा फुगा कसा निसटून वरवर उडून जावा, तसं काहीसं वाटलं. आपण शरीरात नाहीच, हाच तो अनुभव होता असं मला वाटलं. मी तिथे होतो. माझ्या शरीराच्या वर किंवा बाजूला नाही, तर मी एकाच वेळी सगळीकडे होतो. स्व-जाणिवेच्या त्या परमोच्च क्षणी मी मलाच बघू

शकत होतो. मी काय बोलतोय ते ऐकत होतो. माझ्या 'स्व'मधून मी स्फोट झाल्यासारखा बाहेर पडलो होतो.

माझ्या मते, तो पॅनिक अ‍ॅटॅक होता. पहिलाच– पण तो नीट आलेला अ‍ॅटॅकच होता. अर्थात इबिझामध्ये असताना किंवा माझ्या आईवडिलांच्या घरी असताना जितका जोरदार अ‍ॅटॅक आला होता, तेवढा तीव्र नव्हता, हे खरं. आता वास्तविक हे धोक्याचं लक्षण असायला हवं होतं. पण ते तसं वाटलं नाही. *कारण* मला आत्ता वाटत असणारी काळजी ही एका विशिष्ट कारणासाठी होती. त्यामुळे तो फार मोठा प्रकार नसला तरी माझ्या डोक्यात होता. म्हणूनच मी म्हणतो की कोणत्या तरी कारणामुळे तुम्हांला पॅनिक अ‍ॅटॅक आला असेल, म्हणजे – तुमच्यामागे सिंह लागला आहे, लिफ्टचं दार उघडत नाहीये किंवा 'किआरस्क्यूरो' या शब्दाचा अचूक उच्चार माहीत नसेल – तर मग तो खऱ्या अर्थाने पॅनिक अ‍ॅटॅक नसतो, तर तो एखाद्या भीतिदायक परिस्थितीला दिलेला प्रतिसाद असतो.

कोणत्याही कारणाशिवाय पॅनिक अ‍ॅटॅक येणे हा वेडेपणा असतो. पण कोणत्या ना कोणत्या कारणामुळे पॅनिक अ‍ॅटॅक येणे स्वाभाविक असतं. अजूनतरी मी रेषेच्या योग्य बाजूला होतो.

अगदी थोडाच, पण होतो.

तरीही, भविष्याचा वेध वर्तमानात घेणं आपल्यासाठी फार अवघड असतं. अगदी आपल्या समोर ते वाढून ठेवलेलं असलं, तरीही!

अ - अतिचिंतेचा!

अतिचिंता ही गोष्ट नैराश्याची जोडीदार असते. नैराश्याच्या निम्म्या केसेसमध्ये हा जोडीदार असतोच. काही वेळा अतिचिंता नैराश्याच्या आगीत तेल ओतते. तर काही वेळा हे दोन्ही भिडू वाईट लग्नातल्या जोडीदारांप्रमाणे एकमेकांसोबत असतात. तरीही कधीकधी अतिचिंता असते, पण नैराश्य नसतं, तर कधी नैराश्य असतं- पण अतिचिंता नसते.

अतिचिंता आणि नैराश्य यांचा मिलाप फार रोचक असतो. दोघांचे अनुभव अगदी विरुद्ध टोकाचे असतात. त्यांना एकत्र केलं तरी त्यातूनही बरा मार्ग निघत नाही. अतिचिंता ही बऱ्याच वेळा पॅनिकपर्यंत नेते. ती अतिशय वेगाने वाढत जाते. आज एकविसाव्या शतकात आपल्या जीवनशैलीमुळे आणि आपल्या सभोवतालच्या अनेक गोष्टींमुळे नैराश्यापेक्षाही अतिचिंता हीच परिस्थिती अधिक चिघळवते.

किती गोष्टी सांगाव्यात! स्मार्ट फोन्स. जाहिराती (मला डेव्हिड फॉस्टर वॉलेस याचं प्रसिद्ध वाक्य आठवतं. 'सर्व जाहिरातींनी जे काम करायला हवं होतं, ते त्याने केलं : इतकी चिंता किंवा काळजी निर्माण करा की खरेदीमुळेच आयुष्य सुसह्य होईल.') ट्विटरवरचे फॉलोअर्स, फेसबुकवरच्या लाइक्स. इन्स्टाग्राम. सतत सगळीकडून अंगावर आदळणारी माहिती. अनुत्तरित ईमेल्स. डेटिंग ॲप्स. युद्धं. वेगानं उत्क्रांत होत जाणारं तंत्रज्ञान. शहरी नियोजन. बदलतं हवामान. गर्दीने ओसंडून वाहणारी सार्वजनिक वाहतूक सेवा. अँटिबायोटिकच्या अतिवापराने भविष्यात उभ्या राहणाऱ्या प्रश्नांचा आढावा घेणारे लेख. गुगलची देणगी ठरलेला रोगविभ्रम. उपलब्ध असणारे अमर्याद पर्याय. ऑनलाइन खरेदी. लोणी खावे का? - यावरील चर्चा. तुकड्या-तुकड्यांतलं आयुष्य. टीव्हीवरच्या त्या सगळ्या मालिका

ज्या आपण बघायला हव्या होत्या. ती सगळी पुरस्कारप्राप्त पुस्तकं जी आपण वाचायला हवी होती. आपण ज्यांचं संगीत ऐकलेलं नाही, असे ते सगळे पॉपस्टार्स. आपल्याला सतत जाणीव करून देत राहतील अशा सर्व पोकळ्या किंवा उणिवा. त्वरित होणारं समाधान आणि सतत विचलित होणारं लक्ष. काम, काम, काम! चोवीस तास - सगळ्यांची धडपड.

या आधुनिक युगात खऱ्या अर्थाने सामावून जायचं असेल, तर चिंता, काळजी या अपरिहार्य गोष्टी आहेत, असा त्याचा अर्थ होतो. पण इथे आपण 'चिंता' आणि 'अतिचिंता' यांतला फरक लक्षात घायला हवा. उदाहरणार्थ, मी पहिल्यापासूनच अधिक चिंता करणारा मुलगा होतो. लहान असताना मला मृत्यूची फार भीती वाटत असे. एखाद्या लहान मुलाच्या मनात सर्वसामान्यपणे जेवढी भीती नसेल, तितकी मला वाटायची. मी दहा वर्षांचा असताना झोपेतून मधूनच उठून आईबाबांच्या बिछान्यात शिरून त्यांना मला किती भीती वाटतीय हे सांगायचो. झोपेतून जाग आल्यावर माझी बोलण्याची आणि ऐकण्याची क्षमताच गमावून बसलो तर! मला नवीन लोकांना भेटायची भीती वाटायची. दर रविवारी रात्री सोमवारच्या धास्तीने माझं पोट दुखायचं. चौदा वर्षांचा असताना तर मला विचित्र गोष्टीमुळे रडूदेखील आलं होतं. मी लहान असताना जसं संगीत असायचं तसं आता राहिलं नाही, याचंच मला विलक्षण वाईट वाटत होतं. मी फार संवेदनशील मुलगा होतो, असं म्हणणं अधिक योग्य ठरेल.

मात्र, अतिचिंता - म्हणजे अतिचिंता हा आजार किंवा पॅनिकशी जोडलेली अतिचिंता (जी मला होती) ही घायकुतीला आणणारी गोष्ट असू शकते (जरी प्रत्येक वेळी नसली तरी!). ही सतत वादळी धोक्याची शक्यता असणारी बाब आहे.

तरीही, माझ्या स्वतःच्या अनुभवावरून एक नक्की सांगेन की नैराश्यापेक्षा अतिचिंता ही उपचाराने बरी करता येऊ शकते.

शांत राहा

कोणत्याही विशिष्ट कारणामुळे येणाऱ्या अतिचिंतेने **तुम्ही त्रस्त असाल** किंवा तिच्यामुळे प्रचंड वेगाने येणारे नैराश्य असेल, तर काही गोष्टी तुम्ही करू शकता. काही जण गोळ्या घेतात. त्यांच्यासाठी त्या गोळ्या अक्षरशः जीव वाचवणाऱ्या असतात. पण आपल्याला अचूक लागू पडतील अशा गोळ्या शोधणं ही कठीण गोष्ट असते, हे आपण पाहिलंच आहे. त्याचं कारण म्हणजे *मेंदूचं शास्त्र असं नसतंच.*

जिवंत मानवी मेंदूच्या प्रक्रियांचं विश्लेषण करण्यास काही चाचण्या केल्या जातात. त्यात CAT (computed axial tomography) आणि नंतर MRI (magnetic resonance imaging) या चाचण्या आहेत. त्याही गेल्या काही दशकांतच उपलब्ध झाल्या आहेत. अर्थात या चाचण्या आपल्याला मेंदूच्या अनेक रंगांतल्या प्रतिमा दर्शवतात. मेंदूचा कोणता भाग सर्वाधिक कार्यरत आहे, हे त्यातून समजतं. आपण चॉकलेट खाल्लं की मेंदूच्या कोणत्या भागांमुळे छान वाटण्याची भावना निर्माण होते आणि एखाद्या छोट्या बाळाचं रडणं ऐकलं की अस्वस्थता येते, या गोष्टीदेखील या चाचण्यांमुळे कळून येतात. हे उत्तमच आहे, पण काही तोटेसुद्धा आहेत. *द मॅन हू कुडन्ड स्टॉप* या पुस्तकाचे लेखक डॉ. डेव्हिड अॅडम यांच्या म्हणण्याअनुसार मेंदूचे बरेचसे भाग वेगवेगळ्या वेळी वेगवेगळं काम करत असतात. उदाहरणार्थ, अमिग्डला हा मेंदूचा जो भाग आहे, त्यामुळे लैंगिक उद्दीपनही होते आणि याच भागामुळे भीतीची भावनादेखील निर्माण होते. कोणताही MRI तीव्र इच्छा आणि पॅनिक यांतला फरक दर्शवू शकत नाही. कॅमरून डायस किंवा ब्रॅड पिटचा फोटो दाखवून एखाद्याचा MRI काढण्यात आला आणि त्यामध्ये अमिग्डला प्रकाशमान झालेला दिसला, तर त्याचा

अर्थ काय घ्यायचा? या दोघांची भीती वाटली असेल, असा अर्थ होऊ शकतो का?

त्यामुळे ही जी काही साधनं (चाचण्या) आहेत, ती अचूक नाहीत. तसंच मेंदूचं शास्त्रदेखील अचूक नाही.

काही गोष्टी ठाऊक असतात, पण तरीही त्यांच्या बाबत मोठ्या प्रमाणात काही माहिती नसूही शकते. नेमक्या याच मुद्द्यामुळे - खऱ्या अर्थाने कारणं किंवा स्वरूप माहीत नसल्यानेच मानसिक आजारांकडे कलंक म्हणून पाहिलं जातं. शेवटी ज्या गोष्टी गूढ असतात, त्यांची भीती वाटतेच.

थोडक्यात काय, तर खडखडीत बरे होऊ असा कोणताही जालीम उपाय नाही. गोळ्या उपलब्ध आहेत. पण त्यांच्यामुळे प्रत्येक वेळी बरं वाटतंच किंवा गोळ्या हाच सर्वोत्तम उपाय आहे, असं जर कुणी म्हणत असेल, तर ते धादांत खोटं आहे. फक्त या गोळ्यांमुळे - इतर कोणत्याही मदतीविना किंवा साधनाविना आजार बरा होतो, ही गोष्टही फारच क्वचित घडते. मात्र, जेव्हा अतिचिंता हा विषय असतो, तेव्हा कमी-जास्त प्रमाणात एका गोष्टीचा फायदा होऊ शकतो.

ती गोष्ट म्हणजे *शांत राहा...* तुमचा नेहमीचा जो वेग असतो, त्याच्यापेक्षा भरमसाठ वेगाने ही अतिचिंता तुम्हांला मानसिक स्तरावर पळवत राहते. या प्रचंड मानसिक वेगाचा सामना करणं सोपं असतं असं नाही. अतिचिंता आपल्या व्यक्तिमत्त्वातले अर्थपूर्ण असे स्वल्पविराम, पूर्णविराम पुसून टाकते.

ही मानसिक विरामचिन्हं पुन्हा व्यक्तिमत्त्वात आणण्यासाठी या काही गोष्टी करता येतील.

योगाभ्यास : सुरुवातीला मला योगाची फार भीती वाटत असे. पण आता मी योगाचा अनुयायी झालो आहे. यातली सगळ्यांत विशेष गोष्ट म्हणजे, ही पद्धती मन आणि शरीर यांचा साकल्याने विचार करते व उपचार करते. ही गोष्ट इतर उपचारपद्धतींत दिसून येत नाही.

संथ लयीत श्वासोच्छ्वास : उगीच खोलवर श्वास घ्यायचे नाहीत. तर शांत... संथ गतीने घ्या. पाच आकडे म्हणत श्वास घ्या, पाच आकडे म्हणत

सोडा. हा प्रकार आत्मसात करून अवलंबणे अवघड आहे, पण जर तुमचा श्वासोच्छ्वास असा नियंत्रित आणि निवांत होत असेल, तर अतिचिंता सहसा वाट्याला जात नाही. अतिचिंतेची अनेक लक्षणं – चक्कर येणे, मुंग्या येणे – या गोष्टी वरवर आणि वेगाने श्वास घेण्याशी निगडित असतात.

ध्यान : ध्यान म्हणजे तुम्हांला जप करण्याची आवश्यकता नसते. फक्त एका जागी पाच मिनिटं शांत बसा. मन शांत कसं करता येईल, याचा विचार करा, प्रयत्न करा. समुद्राच्या चमकत्या पाण्यातून बोट एका लयीत चालली आहे, असं चित्र किंवा तुमचं ज्याच्यावर प्रेम आहे, अशा व्यक्तीचा चेहरा डोळ्यांसमोर आणा. किंवा केवळ श्वासोच्छ्वासावर लक्ष ठेवा.

स्वीकार : कोणत्याही गोष्टीशी दोन हात करू नका, झगडू नका. त्यांची अनुभूती घ्या. जिथे विरोध असतो, तिथेच तणाव असतो. गोष्टी सोडून दिल्या की निवांतपणा असतो.

वर्तमानात जगा : ध्यानधारणा तज्ज्ञ अमित राय म्हणतात, ''आयुष्यातल्या अतिचिंतेवर मात करायची असेल, तर चालू क्षणात जगा. आत्ताचा श्वास आपला समजा.''

प्रेम : ''अतिचिंता ही गोष्ट प्रेमासाठी मारक असते,'' असं प्रसिद्ध लेखिका अनाईस नीन म्हणतात. पण सुदैवाने हेच वाक्य उलटही सत्य आहे. प्रेम ही गोष्ट अतिचिंतेवर मात करू शकते. प्रेम हा बाह्य स्तरावरचा ऊर्जेचा स्रोत आहे. मोठी ताकद आहे. आपल्या भीतीमधून बाहेर नेणारा मार्ग आहे. अतिचिंता आपल्याला अनेक प्रकारच्या भीती आणि दुःस्वप्नात गुरफटून टाकत असते. अनेक लोकांना स्वतःत गुंतून पडणे हा स्वार्थीपणा वाटतो, पण तो तसा नसतो. जर आगीमध्ये तुमचा पाय पोळला, तर त्या वेदनेवर लक्ष केंद्रित करणं किंवा आगीच्या ज्वाळांची भीती बाळगणं, हा काही स्वार्थीपणा नसतो. हीच गोष्ट अतिचिंतेबाबत सांगता येईल. कोणत्याही मानसिक आजाराने ग्रस्त असणारे लोक स्वतःतच गुंतलेले असतात. कारण ते इतर लोकांपेक्षा मुळातच स्वार्थी असतात का? तर अजिबात नाही. ज्या गोष्टींकडे दुर्लक्ष करणं शक्य नसतं, अशा गोष्टी

त्यांना जाणवत असतात. ज्या गोष्टी आतल्या बाजूकडे निर्देश करत असतात मात्र, अवतीभोवती तुम्ही ज्यांच्यावर प्रेम करता आणि जे तुमच्यावर प्रेम करतात, असे लोक असणं ही फार उपयोगी गोष्ट असते. आता हे प्रेम म्हणजे रोमँटिक किंवा कौटुंबिक प्रेमच हवं, असं मुळीच नाही. प्रेमाच्या नजरेतून जग बघायला लावणं, ही गोष्ट उत्तम असते. प्रेम ही जीवनाची एक प्रवृत्ती असते, तीच आपल्याला अनेकदा तारून नेते.

कधी शिखर... कधी खोल दरी

मी आधी सांगितलं त्याप्रमाणे जेव्हा जेव्हा मला पॅनिक अ‍ॅटॅक येत असे, त्या त्या वेळी त्यामागे काहीतरी फार धोकादायक अशी गोष्ट किंवा कारण असावं, अशी माझी इच्छा असायची. काही ठोस कारणामुळे पॅनिक अ‍ॅटॅक येत असेल, तर तो खराखुरा पॅनिक अ‍ॅटॅक नसतोच. कोणत्यातरी भीतिदायक परिस्थितीला तुम्ही दिलेला तो तर्कसुसंगत प्रतिसाद असतो. जेव्हा जेव्हा प्रचंड आणि अमर्याद अशा दुःखाच्या गर्तेत मी खोल खोल जातोय, असं मला जाणवू लागत असे, त्या त्या वेळी त्यामागे काही बाह्य कारण असावं, असं मला मनापासून वाटत असे.

मात्र, जसजसा काही काळ गेला, तसतशी एक गोष्ट मला उमजली. ती पूर्वी माझ्या कधीही लक्षात आली नव्हती. अशा वेळी तुम्ही फक्त खालच्या दिशेने जात नाही... ती एकमेव दिशा नसते. तुम्ही झगडत राहिलात किंवा त्या परिस्थितीतून वर येण्याचा प्रयत्न केलात, तर परिस्थिती त्यातल्या त्यात सुधारू शकते. हा आलेख खाली-वर होत राहतो. परिस्थिती सुधारते... पुन्हा वाईट होते... पुन्हा बरी होते.

एक तर तुम्ही उंच शिखरावर असता, नाही तर खोल दरीत असता. हे वर-खाली सतत सुरू राहतं. ही गोष्ट मला माझ्या होमिओपॅथ डॉक्टरने सांगितली होती. त्या वेळी मी आईबाबांकडे राहत होतो. या डॉक्टरच्या त्या लहान लहान गोळ्यांपेक्षा या शब्दांनीच मला बरं वाटलं होतं.

कंसातील गोष्ट

(नैराश्य ही फार **विचित्र गोष्ट** आहे. मला नैराश्याचा भयानक त्रास झाला त्याला आता १४ वर्षं होऊन गेली आहेत. इतक्या वर्षांनंतर मी याबद्दल लिहितोय आणि तरीही माझी त्यातून पूर्ण सुटका झालेली नाही. तुम्ही यातून वर येता, पण त्याच वेळी त्यातून तुमची पूर्णपणे सुटका झालेली नसते हेही खरं! तुम्ही कधीतरी खूप दमलेले असता, कधी काळजी वाटत असते, कधी खायला नको असे पदार्थ खात असता अशा नेमक्या क्षणी नैराश्य अचानक उगवतं आणि बेसावध क्षणी तुम्हांला पकडतं. खरं सांगतो, काहीच दिवसांपूर्वी मी झोपेतून उठलो, ते नैराश्यासोबतच! माझ्या डोक्यात त्याचे गडद भोवरे चपळाईने हलत आहेत, अशी जाणीव झाली. उभं आयुष्य म्हणजे एक भीती आहे, हा विचारही होताच जोडीला. पण सकाळ पाच आणि सहा वर्षांच्या जगातल्या सर्वोत्तम मुलांसोबत सरली आणि ती भावना हळूहळू नाहीशी होत गेली. आता नैराश्य बाजूला सारून दिले आहे– त्याला कंस घालून बाहेर ठेवावे असे! आयुष्याचा धडा : दरवेळी बाहेर पडण्याचा मार्ग फक्त तुमच्यातूनच जात नाही.)

पार्ट्या

आयुष्यातली जवळपास **दहा वर्षं** मी न घाबरता एकाही पार्टीला जाऊ शकलो नव्हतो. होय, तोच मी - ज्याने जगातल्या सर्वांत मोठ्या आणि जंगी पार्टींत जाण्यासाठी इबिझामध्ये काम केलं होतं. पण आता त्याच आनंदी आणि वाइनचे ग्लासेस हातात घेतलेल्या लोकांच्या गर्दीने भरलेल्या खोलीत मला पाय ठेवायलाही भीती वाटत होती. नव्हे, पॅनिक अ‍ॅटॅकच येत होता.

काही दिवसांनी माझं पुस्तक प्रकाशित झालं आणि पुन्हा आपण घसरणार, अशी धास्ती मला वाटू लागली. साहित्यिकांच्या एका ख्रिसमस पार्टीला मला बळंच जावं लागलं. मी पुष्कळ स्थिर होतो. अर्थात दारूची भीती वाटतच होती. मी त्या खोलीत गेलो. अचानक अनेक प्रसिद्ध आणि हुशार लोक (झेय्दी स्मिथ, डेव्हिड बड्डिएल, ग्राहम स्विफ्ट वगैरे) सगळीकडे आहेत, असं वाटू लागलं. त्यांचे ते बुद्धिमान चेहरे आणि रुबाब मला सर्वत्र जाणवू लागला.

लोकांनी भरून गेलेल्या खोलीमध्ये जाणं, ही गोष्ट तशीही अवघडच असते. अशा ठिकाणी आपण जातो, तेव्हा इतर सगळे त्यांच्या त्यांच्या लहान लहान गटांत मनसोक्त गप्पा आणि हास्यविनोदात रमलेले असतात. आपण एखाद्या अगदी लहानशा कणासारखे उगीच गंभीर चेहऱ्याने इकडून तिकडे भरकटत असतो.

मी खोलीच्या मध्यभागी उभा होतो. केवळ प्रसिद्ध आहेत म्हणून नाही, तर इतर कोणत्या कारणाने कुणी व्यक्ती माझ्या ओळखीची आहे का, असा विचार करत मी ओळखीचा चेहरा शोधत होतो. पण मला कुणीही दिसत नव्हतं. माझ्या हातात सोड्याचा ग्लास घेऊन (कॅफेन आणि साखर

यांची मला भयंकर भीती वाटत होती. त्यामुळे इतर कोणतंही पेय घेऊ नये, असं वाटत होतं.) आपल्या अस्वस्थतेमुळे आपण बुद्धिमान दिसतोय, असा विचार करत मी उभा होतो. कीट्स आणि बेथोवेन आणि शार्लट ब्राँटी यांनाही पार्ट्या मुळीच आवडत नसत. पण मग मला लगेच आठवलं की या हुशार लोकांनाच काय, तर अनेक हुशार नसणाऱ्या लोकांनाही पार्ट्या आवडत नसणार.

एक-दोन सेकंद अचानकच माझी नजरानजर झेय्दी स्मिथ हिच्याशी झाली. पण तिने तोंड फिरवलं. मी कुणीतरी विचित्र आहे, असाच विचार तिने केला असेल. *या साहित्य सम्राज्ञीला मी विचित्र वाटत होतो.*

या पार्टीच्या १९१ वर्षांच्या आधीची गोष्ट! या ठिकाणापासून दोनच मैल अंतरावर बसून कवी कीट्स त्याचा मित्र रिचर्ड वूडहाउस याला एक पत्र लिहीत होता.

त्याने लिहिलं होतं, ''जेव्हा मी माणसांनी भरलेल्या खोलीत असतो, त्या वेळी माझ्या मेंदूने निर्माण केलेल्या अनेक गोष्टींबाबत मला शंका घेण्यापासून मुक्तता मिळाली, तर घरी जाताना मी माझा नसतोच. तिथल्या सर्व लोकांच्या ओळखीचा... त्यांच्या व्यक्तिमत्त्वाचा माझ्यावर दबाव येत राहतो आणि अगदी लवकरच मी संपून जातो.''

तिथे मी उभा होतो आणि माझ्या हातातल्या ग्लासमधल्या सोड्याचे बुडबुडे एकदम उसळत होते. मनात संपून जात असल्याची जाणीव निर्माण होऊ लागली. मी तिथेच आहे, याबद्दल खात्री वाटेनाशी झाली. मी तरंगतोय, असं वाटू लागलं. तेच होत होतं. पुन्हा एकदा नैराश्याने धडक मारली होती. काही आठवडे... किंवा काही महिने ते माझी वाटच बघत असावं जणू!

''*श्वास घे... फक्त श्वास घे.*'' मी स्वतःला सांगत होतो.

मला आत्ता अँड्रिया हवी होती. हवा आता विरळ होऊ लागली होती. पुन्हा एकदा मीच तयार केलेल्या कृष्णविवरात मी हरवून गेलो होतो.

हातातला ग्लास मी टेबलावर ठेवून दिला आणि तिथून बाहेर पडलो. तिथल्या क्लोकरूममध्ये माझा कोट ठेवून दिला, अजून तो तिथेच असेल, नक्की! लंडनमध्ये त्या भररात्री मी बाहेर पडलो. काही अंतरावर असणाऱ्या कॅफेकडे धावत सुटलो. तिथे अँड्रिया होती... माझी नेहमीची संरक्षक! माझी वाटच बघत होती ती!

''काय झालं?'' तिने विचारलं. ''तासभर लागेल तुला, असं मला वाटत होतं.''

''नाही गं, मी तिथे थांबू शकलो नाही. मला कधी एकदा तिथून बाहेर पडतोय असं झालं होतं.''

''ठीक आहे, ठीक आहे. बाहेर आला आहेस तू! आता कसं वाटतंय तुला?''

मी हा विचार केला होता. कसं वाटत होतं मला? अर्थातच, बावळटासारखं वाटत होतं. मात्र माझा तो पॅनिक अ‍ॅटॅक एव्हाना गेला होता. पूर्वी माझे हे अ‍ॅटॅक्स असे लवकर जात नसत. ते जास्त चिघळत जात, एखाद्या सैन्याने जशी लोळण घ्यायला लावावी तसे ते मला मोडून टाकत. मग नैराश्य अवतरत असे आणि माझ्या मेंदूचा ताबा घेत असे. पण आत्ता तसं काही घडलं नव्हतं. मला लगेच बरं वाटायला लागलं होतं. एखाद्या नॉर्मल माणसाला पार्ट्यांची अ‍ॅलर्जी असावी, तसं! पार्टीमध्ये होतो, तेव्हा मला मरून जावंसं वाटत होतं. पण ते शब्दशः नव्हे. मला खरंच त्या खोलीतून बाहेर पडायचं होतं. पण त्यापूर्वी त्या खोलीत मी जरा हिंडलो-फिरलो होतो, हीच एका अर्थी प्रगती होती. वर्षभराने मी पार्ट्यांना व्यवस्थित जाऊ लागलो, इतकंच नाही; तर त्या ठिकाणापर्यंत एकट्याने प्रवासही करायला लागलो. आजारातून बरं होण्याच्या खडकाळ, वादळी रस्त्यावर आलेलं एखादं अपयश हे खरं तर प्रगतीच्या दिशेने टाकलेलं पाऊल असू शकतं.

जिवंत राहण्याची कारणं

नैराश्य, अतिचिंता आणि आत्महत्येचे विचार या गोष्टींचा अनुभव आलेल्या काही लोकांना मी – ''तुम्ही कशामुळे तरून गेलात, काय कारणांमुळे तुम्हांला जिवंत राहावंसं वाटलं'' – असं विचारलं. हे त्यांना मी ऑनलाइन विचारलं. त्यांची जिवंत राहण्याची ही कारणं होती.

@Matineegirl
मित्रपरिवार, कुटुंब, स्वीकार, भावना इतरांना सांगणे, नैराश्याचं काळं कुत्रं काही दिवसांनी पिच्छा सोडणार आहे, हे माहिती होतं. #reasonstostayalive

@mannyliz
अगदी सोपं कारण होतं – माझी मुलं! नैराश्यग्रस्त आईच्या पोटी जन्म घ्यावा, अशी त्यांची इच्छा नव्हती.

@groznez
#reasonstostayalive योगा. त्याच्याशिवाय जगणं अशक्य होतं.

@Ginny_Bradwell
#reasonstostayalive आजारी असणं हे ठीक आहे, हे समजणं आणि यावर झटपट उपाययोजना नाही, हेही लक्षात येणं.

@AlRedboots
जिवंत असताना तुम्हांला होणाऱ्या वेदनांपेक्षा तुम्ही नसताना निर्माण होणारी पोकळी अधिक मोठी असेल. #reasonstostayalive

@LeeJamesHarrison

अधूनमधून अनुभवायला येणाऱ्या आनंदी दिवसांसाठी स्वतःचा जीव वाचवायला हवा.

@H3llInHighH33ls

धुकं विरळ होतं, असे काही क्षण असतात, असे काही दिवस असतात. ते फार सुंदर असतात. #reasonstostayalive

@simone_mc

माझी #reasonstostayalive? भविष्य! एखादा न बघितलेला देश. स्टार ट्रेकमधले अनेक साधे साधे संदर्भ ज्यांना आवडतात अशा लोकांना भेटणे.

@Erastes

#reasonstostayalive २१ डिसेंबरपासून दिवस मोठा होऊ लागतो. हा विचार त्या अंधाऱ्या दिवसांत उभारी देतो.

@PixleTVPi

मी जिवंत असण्याचं एकमेव कारण म्हणजे माझा घट्ट मित्र.
#reasonstostayalive

@paperbookmarks

वेदना सतत सहन करावी लागत होती, तरी माझ्या भोवती मला सर्वाधिक आधार देणारे लोक होते आणि वाचण्यासाठी सर्वोत्तम पुस्तकं होती. #reasonstostayalive

@ameliasnelling

#reasonstostayalive माझ्या अस्थी जिथे विखुरल्या जाणार आहेत, ते आइसलँड मी अद्याप पाहिलेलं नाही.

@debecca

#reasonstostayalive अगदी तरुण असातानाच कॅन्सर, बायपोलर (कधी अगदी निराश तर कधी नको इतके उत्साही वाटणे) असे आजार आणि इतर ज्या गोष्टींनी मला नकोसं केलं त्या सगळ्यांची मला पार वाट लावायची आहे.

@vivatrampv

माझ्या सर्जन्सनी माझं भविष्य चांगलं असावं, यासाठी अतोनात परिश्रम घेतले आहेत. #reasonstostayalive

@lillianharpl

#reasonstostayalive दुसरा पर्याय ठीक नाही.

@NickiDavies

मी विचित्र आहे. आशावादी निराशाग्रस्त आहे. परिस्थिती कितीही कठीण असली, तरी यातून चांगला होणार आहे, यावर माझा विश्वास असतो. #reasonstostayalive

@Leilah_Makes

सवयींचे नीट पालन करण्यानं मला बरं वाटतं. त्यामुळे मला गोष्टींवर थोडं नियंत्रण मिळवल्यासारखं वाटतं. #reasonstostayalive

@Doc_Megz_to_be

अनिश्चित भविष्य. अर्थात यामुळे थोडी काळजी वाटतेच, एखाद्या पुस्तकाचा काही थांग लागू नये, अशी ही गोष्ट असते. #reasonstostayalive

@ilonacatherine

जेव्हा तुम्ही नैराश्याच्या खोल गर्तेत असता, त्या वेळी तुमच्यात काहीही अर्थ नाही, असं सगळ्यांनाच वाटत नसतं. दुसऱ्यावर विश्वास ठेवा. #reasonstostayalive

@stueygod

संगीत. #reasonstostayalive

@ameliasward

सूर्यप्रकाशाने उजळलेल्या सकाळच्या वेळा #reasonstostayalive

@DolinaMunro

बेकन रोल्स #reasonstostayalive

@mirandafay

ताजी हवा. कुत्र्याचं निरपेक्ष प्रेम. #reasonstostayalive

@jeebreslin

तुमच्या आत एक सोनेरी व्यक्तिमत्त्वाचे तुम्ही दडलेले असता. त्याचं तुमच्यावर प्रेम असतं, तुम्ही नेहमीच जिंकावं आणि आनंदी राहावं अशी त्याची इच्छा असते. #reasonstostayalive

@ylovesgok

मला मदत मिळू शकते, ही जाणीव. #reasonstostayalive

@wilsonxox

सूर्यास्त. संगीताचा एखादा प्रकार, जो तुमच्यात भिनत जाईल. #reasonstostayalive

@MagsTheObscure

माझ्या भावाची मी काळजी घेतली, तो भाऊ. अनेक कारणांपैकी हे महत्त्वाचं कारण आहे. म्हणूनच मी नेहमी संगोपनकर्ता बनलो. #reasonstostayalive

@jaras76

शक्यता. समोर येणाऱ्या आव्हानांवर मात करायची इच्छा. सॉकर. #reasonstostayalive

@HHDreamWolf

मी आत्महत्या केली असती, तर माझे मित्र आणि माझं कुटुंब नैराश्याच्या गर्तेत गेलं असतं. कुणालाही नैराश्य यावं, अशी माझी इच्छा नाही. #reasonstostayalive

@DebWonda

सगळ्या गोष्टी बदलतात. आनंदानंतर दुःख हा नियम आहे. प्रेमाच्या उबेने भलेभले पहाडही विरघळतात.

@legallyogi

शेवटचं नैराश्य मला बाळंतपणानंतर आलं होतं. ते फार तीव्र स्वरूपाचं होतं. #reasonstostayalive माझी जिवंत राहण्याची कारणं म्हणजे माझं कुटुंब आणि हे नैराश्य दूर होणार आहे, ही जाणीव!

@ayaanidilsays

#reasonstostayalive माझ्या मते घट्ट मित्र. किंवा खरं तर सर्वांत भारी मित्र.

@lordofl

रोज सकाळी कुत्र्यांना फिरवावं लागतं. #reasonstostayalive

@UTBookblog

उद्याचा दिवस अधिक चांगला असेल, हा अनुभव घेणे. माझं कुटुंब, बॉयफ्रेंड, मित्रपरिवार... आणि वाचलीच पाहिजेत अशा पुस्तकांचा ढीग. #reasonstostayalive

@GoodWithoutGods

#reasonstostayalive 7x10^49 इतके अणू आत्ता जसे आहेत, तसे पुन्हा कधीही नसतील. एका अर्थी हा नको असणारा विशेष लाभ होता.

@Book_Geek_Says

तीन वर्षांपूर्वी माझी अवस्था जेव्हा फार वाईट होती, तेव्हा माझी आई आणि नंतर माझ्या बॉयफ्रेंडने मला दिलेला आधार. हे दोघेही माझ्या सोबत कायम होते. #reasonstostayalive

@Teens22

#reasonstostayalive जिवंत राहण्यासाठी प्रेम हे सर्वोत्तम कारण आहे. स्वतःवरचं प्रेम, इतर लोकांवरचं प्रेम, आयुष्याचं प्रेम आणि चांगल्याची दखल घेणे. #reasonstostayalive

@ZODIDOG

#reasonstostayalive काही दिवस निळंभोर आकाश आणि सूर्यप्रकाशाइतकं सहज सोपं असतं. किंवा माझ्या पाळलेल्या मोठ्या खारी (chinchilla) प्रमाणे गोड असतं.

@Halftongue

मी जिवंत असण्याची कारणं – अनेकदा माझ्या अवतीभवतीच्या लोकांना वाईट वाटेल, ते दुःखी होतील किंवा रागवतील – हीच होती. ते दिवस फार वाईट होते. #reasonstostayalive

@tara818

#reasonstostayalive मला माझ्या बाळाला दूध पाजायचं होतं. मला फार वाईट अतिचिंता छळत होती. बाळंतपणानंतरचं नैराश्य होतं ते. या जगात मी केवळ माझ्या बाळासाठी राहिले.

@BeverlyBambury

मी कसा जिवंत राहिलो, हे माझं मलाच माहिती नाही, पण मला कधीही दुसऱ्या पर्यायाचा विचारही करावासा वाटला नाही. कणखर निर्धार? #reasonstostayalive

@wolri

#reasonstostayalive खूप साध्या आणि सोप्या गोष्टी होत्या. माझ्या नवऱ्याचा आधार, मला त्रास होत असेल, तेव्हा माझ्या भोवती गर्दी न करणं, विशेषतः माझे कुटुंब आणि माझा छोटा कुत्रा.

@Lyssa_1234

आईवडील, भावंडं आणि माझा जोडीदार यांना दुखवायचं नव्हतं. मला कितीही त्रास झाला तरीसुद्धा! कारण मी जर काही बरंवाईट करून घेतलं असतं तर, हे लोक मला कधीही विसरू शकले नसते. #reasonstostayalive

@BlondeBookGirl

#reasonstostayalive माझी जिवंत राहण्याची कारणं मी नसते तर माझ्या मांजराच्या चेहऱ्याचं चित्र काढणं, दुसरं कारण म्हणजे माझी आई आणि बहीण आणि मला खरोखरच वाचायची आहेत अशी पुस्तकं.

@gourenina

माझं नैराश्य कायम राहत नाही आणि प्रत्येक प्रश्नाला काहीतरी मार्ग असतोच, हे मला माहिती होतं. #reasonstostayalive

@Despard

नैराश्याच्या आधी सगळं चांगलं होतं आणि पुन्हा सगळं चांगलं होईल. #reasonstostayalive

माझी अवस्था अधिक वाईट करणाऱ्या काही गोष्टी

कॉफी.

झोप न लागणे.

अंधार.

थंडी.

सप्टेंबर.

ऑक्टोबर.

माध्यान्ह.

ताठर स्नायू.

वर्तमानकाळातील जगण्याचा वेग.

शरीराची वाईट स्थिती (ढब).

ज्यांच्यावर माझं प्रेम आहे, अशा लोकांपासून दूर जाणे.

खूप वेळ बसून राहणे.

जाहिराती.

माझ्याकडे दुर्लक्ष केले जात आहे, अशी भावना.

पहाटे तीन वाजता जाग येणे.

टीव्ही.

केळी (याबद्दल माझी पुरेशी खात्री नाही. कदाचित तो योगायोग असेल.)

दारू.

फेसबुक. (काही वेळा)

ट्विटर. (काही वेळा)

वेळेच्या मर्यादा. (कामांच्या)

संपादन.

अवघड निर्णय. (कोणते मोजे घालावेत)

आजारी पडणे.

मला निराश वाटत आहे, असा विचार करणे. (हे सर्वांत वाईट दुष्टचक्र असते.)

पुरेसे पाणी न पिणे.

ॲमेझॉनवर सतत लेखक म्हणून माझी रँक तपासणे.

ॲमेझॉनवर इतर लेखकांच्या रँक्स तपासणे.

एखाद्या सार्वजनिक समारंभात एकट्याने जाणे.

रेल्वेचा प्रवास.

हॉटेलमधल्या खोल्या.

एकटं असणं.

ज्या गोष्टींमुळे मला (कधी कधी) बरं वाटत असे

जागरूकता.

धावणे.

योगा.

उन्हाळा.

झोप.

सावकाश श्वासोच्छ्वास.

मला आवडणाऱ्या लोकांचा सहवास.

एमिली डिकिन्सनच्या कविता वाचणे.

ग्राहम ग्रीन याच्या द *पॉवर अँड द ग्लोरीमधील* काही भाग वाचणे.

लेखन.

व्यवस्थित खाणे.

भरपूर वेळ अंघोळ किंवा शॉवर घेणे.

ऐंशीच्या दशकातले सिनेमे.

संगीत ऐकणे.

फेसबुक (काही वेळा).

ट्विटर (काही वेळा).

लांबवर चालायला जाणे.

चांगली कृत्यं आणि गरमागरम पाण्याने अंघोळ. (या गोष्टी नैराश्यावरचे उपाय आहेत, असं डोडी स्मिथ या लेखिकेचं वाक्य आहे.)

बरिटो बनवणे.

फिक्कं आकाश आणि भिंती.

कीट्स या कवीची पत्रं वाचणं.

वाईट दिवसांच्या आठवणी.

मोठ्या प्रशस्त खोल्या.

निःस्वार्थीपणे काही काम करणे.

ब्रेडचा वास.

निरभ्र असे ढग परिधान करणे. (लोकहो, अखेरीस मी एक लेखक आहे. त्यामुळे असा विचार तुम्ही कुठून करणार?)

माझ्यासाठी उपयुक्त ठरणाऱ्या गोष्टी माझ्याकडे आहेत हा विचार.

इतर गोष्टी इतर लोकांसाठी उपयुक्त ठरू शकतात, हे माहीत असणं.

कशाततरी स्वतःला झोकून देणं.

कुणीतरी दुसरी व्यक्ती हे वाचेल आणि माझी वेदना काहीच नव्हती हे कळेल.

भाग ५

अस्तित्व

"आत्म्याचे कान करा आणि काळजीपूर्वक ऐका."

– ॲनी सेक्स्टन

कौतुकास्पद हळवेपणा

मी हळवा आहे.

नैराश्य आणि अतिचिंता या गोष्टींचा विचार करता, हळवं किंवा संवेदनशील असणं ही बाब दोन्हींशी जोडली गेली आहे. किंवा अगदी नेमक्या शब्दांत सांगायचं झालं तर हळव्या व्यक्तीला नैराश्य किंवा अतिचिंता जडणं ही शक्यता अधिक असते. चौदा वर्षांपूर्वी मी नैराश्येच्या गर्तेत सापडलो होतो, त्यातून मी पूर्णतः कधीच बरा होणार नाही, असंही मला वाटतं. दगड जोरात आदळला असेल, तर त्याच्या भेगा आयुष्यभर राहणारच ना!

पण कधीच आनंदी नसण्यापासून आनंदी असण्यापर्यंत मी प्रवास करून आलो आहे – किंवा बहुतेक वेळा निदान किमान आनंदी असतो मी, हे नक्की! त्यामुळे मी भाग्यवान आहे. पण तरीही मधूनमधून धक्के बसतातच. जेव्हा मी खरोखरच नैराश्याच्या किंवा अतिचिंतेच्या कचाट्यात सापडलेला असतो, तेव्हा हे धक्के बसतात किंवा नैराश्य आणि अतिचिंता या गोष्टींचा विळखा माझ्या भोवती पडायला सुरुवात होणार असते, त्या वेळी काहीतरी मूर्खासारख्या गोष्टी केल्याने (प्रचंड प्रमाणात दारू ढोसून पहाटे पाच वाजता घरी परत येणे, त्यात भरीस भर म्हणजे माझं पैशांचं पाकिट हरवणे, मग टॅक्सी ड्रायव्हर्सना मला घरी सोडण्यासाठी गयावया करायला लागणे) मला हे धक्के बसत असतात. पण अगदी रोजच्या रोज मला ही लढाई लढायची वेळ येत नव्हती, हेही खरं! मी अधिक चांगल्या प्रकारे गोष्टींचा स्वीकार करू लागलो. मी आहे, हा असा आहे. आणि त्याहीपलीकडे सांगायचं तर *झगडण्यामुळे* गोष्टी अधिक वाईटच बनत जातात. त्यापेक्षा नैराश्य आणि अतिचिंता या गोष्टींशी मैत्री करून टाकणं, ही सगळ्यांत चांगली

युक्ती असते. एकदा या दोन्ही गोष्टींप्रति कृतज्ञता वाटू लागली की मगच त्यांना व्यवस्थित हाताळणे शक्य होतं. मी त्यांच्याशी मैत्री केली ती माझ्या हळवेपणाबद्दल कृतज्ञता व्यक्त करून!

खरोखरच सांगतो, मी जर हळवा, मनाला गोष्टी लावून घेणारा नसतो, तर – आयुष्यात काहीही नाही... फक्त पोकळी आहे असा अनुभव देणारे ते दिवस मला समजूच शकले नसते. ते गोंधळाचे, भयंकर अस्वस्थतेचे आणि शरीरभर भरून राहिलेल्या कमालीच्या आळसाचे होते. ते दिवस स्वतःचा तिरस्कार वाटण्याचे आणि कुठल्याशा अदृश्य लाटांत गटांगळ्या खाण्याचे होते. स्वतःचीच कीव येण्याच्या त्या दिवसांत या भोवतालच्या प्रचंड वेगवान आणि 'योग्य' पैलू असणाऱ्या, अनेक आवाजांनी भरलेल्या जगात मी फारच दुर्बल, नाजूक आहे, असं मला कधीकधी वाटत असे. (जोनाथन रॉटनबर्गचा नैराश्याचा उत्क्रांतीवादी सिद्धान्त मला प्रिय आहे. सद्य परिस्थितीशी जुळवून घेण्यास असमर्थ असणे या गोष्टीशी तो निगडित आहे.)

मी एखाद्या जादूई माइंड स्पामध्ये जाऊन निगरगट्ट होण्यासाठी उपचार घेईन का? तर बहुतेक नाही. कारण आयुष्यातल्या चांगल्या गोष्टी अनुभवण्यासाठी आयुष्य किती भयंकर आहे, हे अनुभवायला लागतं.

या क्षणी मी तो अनुभव घेऊ शकतो आहे. एखादी झाकोळून आलेली दुपार कशी असेल, हे मला माहितीय. ज्याचा ठावही लागणार नाही, अशा या आयुष्य नावाच्या विचित्र गोष्टीची नवलाई मला जाणवते आहे. पृथ्वीवरच्या छोट्या शहरांत...गावांत आपल्या वाट्याचे ३०,००० दिवस अधिकाधिक चांगल्या प्रकारे व्यतीत करण्याचा आपला प्रयत्न असतो.

त्या जादूचा झंझावात अनुभवायला मला आवडतं. या आयुष्याचं खोल खोल उत्खनन करावं आणि शब्दांच्या माध्यमातून त्या जादूचा शोध घ्यावा... माणूस नावाच्या प्राण्याची किमया जाणून घ्यावी, अशी माझी इच्छा आहे. (आणि हो! पीनट बटर सँडविचेसची जादूही अनुभवायची इच्छा आहे.) आयुष्याच्या प्रत्येक गोंधळाने भरलेल्या क्षणाचा अनुभव घेण्यात मला आनंद वाटतो. म्हणूनच नॅशनल गॅलरीमध्ये तिन्तोरॅत्तोची (इटालिअन चित्रकार) सगळी चित्रं बघत त्या मोठ्या दालनात हिंडत असतो, त्या वेळी माझ्या त्वचेला एक हुळहुळ जाणवते, माझ्या हृदयाचे ठोके वाढतात. जेव्हा

कधी मी एमिली डिकन्सन किंवा मार्क ट्वेनच्या साहित्यकृती वाचतो, त्या वेळी माझ्या मनाला त्या अभिजात अमेरिकन साहित्याची ऊब जाणवते. हे मला फार आवडतं.

जाणीव!!

हीच ती गोष्ट आहे.

लोक 'विचार' या गोष्टीला फार महत्त्व देतात, पण जाणीव ही गोष्ट महत्त्वाची असते. मला हसवणारी, रडवणारी, घाबरवून टाकणारी, आशा देणारी, विजयी झाल्याचा अनुभव देणारी पुस्तकं वाचायची असतात. जे पुस्तक मला त्याच्या कवेत घेईल किंवा माझ्या मानगुटीवर स्वार होईल, असं पुस्तक मला हवं असतं. मग भले त्याने माझ्या पोटात एक ठोसा ठेवून दिला तरी चालेल, कारण आपल्याला जाणीव हवी असते... भावनेचा अनुभव हवा असतो.

मला आयुष्य हवं आहे.

मला ते वाचायचं आहे, त्याच्याबद्दल लिहायचं आहे, ते अनुभवायचं आहे आणि जगायचंही आहे.

आपलं या जगातलं अस्तित्वच एखाद्या निमिषाएवढं आहे, मग त्या अवधीत जितकं काही मला अनुभवता येईल, तेवढं सगळं मला अनुभवायचं आहे.

नैराश्याचा मला तिरस्कार वाटतो. मला त्याची धास्ती वाटते. म्हणजे खरं तर मी भेदरून जातो. पण तरीही आज मी जो कोणी आहे, तो याच नैराश्यामुळे! जर आयुष्य अनुभवण्याची ही किंमत असेल, तर ती किंमत मोजणं अगदी योग्य आहे.

माझ्या अस्तित्वातच मला समाधान आहे.

शॉपेनहॉवरपेक्षा थोडं आनंदी कसं व्हायचं?

ऑर्थर शॉपेनहॉवर हा अनेक नैराश्यग्रस्तांचा फार आवडता तत्त्वज्ञ! त्याचा नित्शे, फ्रॉइड आणि आइनस्टाईनवर वेगवेगळ्या प्रकारे- पण खूप मोठा प्रभाव होता. त्याच्या मते आयुष्य म्हणजे फुटकळ हेतूंचा शोध आहे. 'साबणाच्या फुग्याचं उदाहरण बघा. आपण तो शक्य तितका मोठा फुगवतो, जमेल तेवढा वर उडवतो. पण हे सगळं करताना तो एका क्षणी फुटणार आहे, हे आपल्याला पूर्णपणे माहीत असतं.' असा विचार केला तर उद्दिष्टांमुळे आनंद ही गोष्ट अशक्यच म्हणावी लागेल. उद्दिष्ट ठरवणं हे दुःखच म्हणावं लागेल. साध्य न झालेली उद्दिष्टं वेदना देतात, दुःख देतात, पण उद्दिष्ट सफल झालं तरी त्याचं समाधान माफकच असतं.

तुम्ही या गोष्टीचा खरोखरच नीट विचार केलात, तर लक्षात येईल की जीवनात फक्त उद्दिष्टं किंवा ध्येयंच असतील, तर ते निराशादायकच बनेल. हां, असं आयुष्य तुम्हांला सतत पुढे पुढे नेत राहील, तुमच्या अस्तित्वाची पानं उलटवत राहायला तुम्हांला मदत करेल, पण सरतेशेवटी ते तुम्हांला रिकामंच ठेवेल... याचं कारण म्हणजे तुम्ही अगदी तुमची सारी ध्येयं गाठलीत, तरी पुढे काय? जी गोष्ट तुमच्याकडे नाही, ती मिळवलीत... ठीक आहे... पण त्याचं पुढे काय? मग तुम्ही तुमच्यासाठी नवीन ध्येय ठरवता, जे काही मिळवलं आहे, ते आपल्याकडेच कसं राहील याचा विचार करत ताण घेता किंवा लक्षावधी लोकांना जसा मिडलाइफ क्रायसिस होतो (मिडच का? - तो तर आधी किंवा नंतरही होऊच शकतो, फक्त मध्यातच का?) आणि तेव्हा ते विचार करतात,

मला जे जे हवं ते सगळं मिळालं आहे, मग तरीही मी खूश का नाही, आनंदी का नाही?

मग यावर शॉपेनहॉवरचं काय म्हणणं आहे? काय उत्तर आहे त्याचं? तर, ''वस्तू हव्या हा विचार हीच जर समस्या असेल, तर मग वस्तूंचा मोह सोडून देणं, त्यातून मन काढून घेणं,'' हे त्यावरचं उत्तर हवं. त्याच्याच शब्दांत सांगायचं, तर कोणत्याही त्रासाचं कारण म्हणजे तीव्र *इच्छा!*

परिस्थितीचं अधिक भव्य चित्र पाहिलं, माणुसकीचा सर्वांगीण विचार केला, मानवाचं दुःख साकल्याने जाणून घेतलं, तर एखादी व्यक्ती जीवनाबाबत त्रयस्थ होऊ शकते आणि तिच्या मूलभूत इच्छांना नकार देऊ शकते, असा शॉपेनहॉवरचा विश्वास होता. म्हणजेच दुसऱ्या शब्दांत शॉपेनहॉवरचे हे विचार सांगायचे झाले, तर सेक्स नाही, बेतास बात पैसे, उपास आणि काही प्रमाणात स्वतःला क्लेश या गोष्टी येतात.

या मार्गाने - म्हणजे सगळ्या मानवी इच्छा-आकांक्षा नाकारून आपल्या समोर फक्त 'काहीच नसणे' ही गोष्ट उरते, हे सत्य आपण बघू शकतो का?

हम्मम्म!!

आणि हो! ''आत्महत्या करून टाका,'' असं शॉपेनहॉवर जरी म्हणत नसला तरी तो ज्या पद्धतीचं आयुष्य जगण्याची शिफारस करतो आहे, ते जिवंतपणी आत्महत्या केल्यासारखंच आहे. कारण तशा आयुष्यात आनंद देणाऱ्या कोणत्याही गोष्टीचा तिरस्कारच करायला हवा.

पण शॉपेनहॉवर ढोंगी होता. त्याने वाचायला आवडतील अशा गोष्टी तर सांगितल्या, पण त्या आचरणात आणणं त्यालाही जमलं नाही. बर्ट्रांड रसेलने त्याच्या *हिस्टरी ऑफ वेस्टर्न फिलॉसॉफी* या ग्रंथात म्हटल्याप्रमाणे :

> ''तो नेहमीच उत्तम रेस्टॉरंट्समध्ये जेवायचा. त्याची अनेक लहानसहान प्रेमप्रकरणं होती, ती 'सेन्श्युअल' होती... पण 'पॅशनेट' नव्हती. तो भयानक भांडखोर होता आणि लोभीसुद्धा! शिवणकाम करणाऱ्या एका वृद्ध बाईवर तर तो एकदा अतिशय संतापला. ती बाई त्याच्या घराच्या दाराजवळ उभी राहून कुणा मैत्रिणीशी बोलत होती. त्यामुळे संतापून त्याने तिला सरळ

खाली ढकलून दिलं. त्या बाईला आयुष्यभराचं दुखणं जडलं. त्याने नेहमी प्राण्यांवर फार प्रेम केलं ही एक गोष्ट सोडली, तर त्याच्या आयुष्यात इतर एकही चांगली गोष्ट सापडणं अवघड आहे... बाकी सगळ्यांच बाबतीत तो फार स्वार्थी होता.''

शॉपेनहॉवर हा कमालीचा निराशावादी होता. दुःख हीच गोष्ट कशी खरी आहे, हेच सांगायचा त्याने नेहमी प्रयत्न केला. त्याच्या कामाकडे पाहिलं तर आपल्या लक्षात येतं की जी ध्येयं तो आयुष्यात पूर्ण करू शकला नाही किंवा गाठू शकला नाही त्या ध्येयांच्या विरोधात तो बोलत राहिला.

आता कोणाही वृद्ध बाईला जिन्यावरून खाली फेकून देणं या गोष्टीला मी कधीही पाठिंबा देणार नाही, पण मी त्याची समस्या समजू शकतो. त्याची समस्या होती, त्याची इच्छा किंवा त्याच्या अहंकाराची तीव्रेच्छा किंवा एखादा ध्येयाधिष्ठित हेतू किंवा तुम्ही शब्द कोणतेही वापरा... त्याच्या आयुष्यात तो अंधारात चाचपडत राहिला, ही वस्तुस्थिती आहे.

मग यातून मार्ग काय? कोणताही अंत नसलेली, मर्यादा नसलेली इच्छा किंवा लोभ या गोष्टी थांबवता कशा येतील? हे अविरत चक्र थांबवता कसं येईल? तुम्हांला वेळ थांबवणं जमेल? भविष्याची काळजी करून करून पार थकून जाणं आपल्या सगळ्यांनाच थांबवता येईल?

या सगळ्या प्रश्नांची उत्तरं अनेक वर्षांपासून सांगितली जात आहेत, त्यांची नोंद केली जात आहे, ती उत्तरं – 'स्वीकार' या एका गोष्टीभोवती फिरतात. प्राचीन पौर्वात्य तत्त्वज्ञानाचा मोठा पगडा स्वतः शॉपेनहॉवरवरही होता. ''भारतीय ऋषी-मुनींनी सत्य काय आहे, हे जाणलं आहे.'' असं त्याने म्हटलं होतं. कोणत्याही ऐहिक आनंदापासून दूर राहावे, हा त्याचा विचार बौद्ध तत्त्वज्ञानातील अनेक विचारवंतांशी साधर्म्य सांगणारा होता.

पण यात एक गोष्ट लक्षात घेतली पाहिजे, ती म्हणजे शॉपेनहॉवरइतकं बौद्ध तत्त्वज्ञान नकारात्मक आणि दुःखदायी नाही. शॉपेनहॉवरच्या म्हणण्याचा विचार करता ही सगळी तपश्चर्या स्वतःला शिक्षा देणारी, किंबहुना स्वतःची जरा घृणा वाटावी अशी आहे. ही गोष्ट अजिबात चांगली नाही, निरोगी नाही. आणि एखाद्यातील निर्मितिक्षमतेला बाधा आणणारी आहे.

माणसांच्या या जगात एकमेकांचा दुस्वास करणारी, द्वेष करणारी माणसं असतील, तर ते आनंदी जग कसं असेल?

बौद्धविचारांत स्वतःला शिक्षा करून घेणे वगैरे काही दिसत नाही.

या विचारांतलं सर्वांत महत्त्वाचं प्रतीक म्हणजे कमळाचं फूल! कमळ तळ्यात अगदी तळातून, चिखल–मातीतून उगवतं, पण ते गढूळ पाण्यातून वर शुद्ध, सुंदर हवेत येऊन उमलतं. आणि मगच कोमेजून जातं. आपल्या आध्यात्मिक उन्नतीसाठी वापरण्यात येणारी ही प्रतिमा आशा आणि बदल या गोष्टींसाठीही अगदी योग्य प्रतिमा आहे. अतिचिंता आणि नैराश्य या गोष्टी चिखलासारख्या मानल्या, तर नैराश्यावर मात करत वर शुद्ध हवेत येणारी कमळं म्हणजे आपण आहोत.

बुद्धाची शिकवण सांगणाऱ्या ग्रंथांतील महत्त्वाची अशी अनेक *धम्मपदे* सेल्फ–हेल्प प्रकारचे ग्रंथच आहेत.

आपल्याला फक्त आणि फक्त आपणच वाचवू शकतो. अन्य कुणीही व्यक्ती आपल्याला वाचवू शकत नाही आणि वाचवणारही नाही. आपला आनंद, आपली *मानसिक शांतता* या बाबत आपणच दक्ष असायला हवं. आपण स्वतःच आपल्याला समजून घ्यायला हवं. थोडक्यात, 'आपल्या मनावर आपलं लक्ष हवं. व्यवस्थित कौलं नसणाऱ्या छपरातून ज्या प्रकारे पाणी गळेल, तसंच मन सतर्क नसेल, तर आपल्या तीव्र इच्छा वेदनेचं रूप घेऊन मनात उतरू लागतात.'

आजच्या आपल्याला भरकटून टाकणाऱ्या या अनेक चकमकीत आकर्षणांच्या जगापेक्षा दोनेक हजार वर्षांपूर्वीचं भारतातल्या हिमालयाच्या कुशीतलं जग फारच वेगळं होतं. तेव्हा आपल्या मनांची घरं फार बळकट होती. त्यांची कौलं भक्कम होती.

आज आपली मनं कौलारू घरांपेक्षाही संगणकांसारखी बनली आहेत. म्हणजे पाहायला गेलं तर, मी माझा संगणक सुरू करून त्यात वर्ड डॉक्युमेंट उघडेन आणि मला हवं ते लेखन करू शकेन. मी बहुतेकदा काय करतो, तर मी फेसबुक, ट्विटर, इन्स्टाग्राम किंवा द गार्डियनची वेबसाइट उघडून वाचत बसतो. आणखी काय करतो? मानसिक प्रश्नातून जात असेन तर मी पटकन एखादा इगो चेक घेईन... किंवा ॲमेझॉनवर गुडरीड्स तपासेन.

किंवा गुगलवर जाईन आणि मला झालेल्या, न झालेल्या, वास्तवातल्या, कल्पनेतल्या आजारांची यादी तिथे टाइप करत बसेन.

हिमालयाच्या पर्वतरांगांच्या कुशीत एकोणपन्नास दिवस एका झाडाखाली ध्यानधारणा करायची असेल, तर तिथे वाय-फाय नाही, ही गोष्ट पथ्यावरच पडली असती, तरीही या काळात स्वतः बुद्धालाही झगडावं लागलं असतं का?

तरीही, एक गोष्ट मला समजून चुकली आहे, ती म्हणजे मुबलकता किंवा अधिक उपलब्धता म्हणजे अधिक *चांगलं* - असं नाही. मी बौद्ध विचारांचा अनुयायी नाही. कोणतीही अति कडक आणि ठोक अशी मार्गदर्शक तत्त्वं मला घाबरवून टाकतात. आयुष्याच्या संदिग्धतेमध्ये त्याचं सौंदर्य आहे, असं मला वाटतं. पण सतत आशा आणि भीती यात हेलकावे खात राहण्यापेक्षा आपण स्वतःबाबत सतर्क असावं, त्या अमर्याद विश्वाशी स्वतःला जोडून घ्यावं ही कल्पना मला आवडते.

वस्तूंनी भरलेली ही दुनिया सोडून देणं म्हणजे आनंद, असं मला व्यक्तिशः अजिबात वाटत नाही. तर हे जग जसं आहे, तसं कौतुकाने स्वीकारणं मला महत्त्वाचं वाटतं. आयफोन विकत घेतला, म्हणजे आपली आपल्या वेदनेतून मुक्तता होत नसते. पण म्हणून आयफोन घ्यायचाच नाही, हेही योग्य नाही. अशा गोष्टींपाशी पूर्णविराम नसतो, एवढंच आपण लक्षात ठेवायला हवं.

आणि सहवेदना! अनुकंपा!

बौद्धविचारांतील ही दुसरी संकल्पना मला फार आवडते.

स्वार्थीपणापेक्षा दयाळू वृत्ती आपल्याला अधिक आनंद देते ही ती संकल्पना! दयाळू वृत्ती 'स्व'ला मोडून टाकते. शॉपेनहॉवरच्या शब्दांत - 'आपल्या इच्छा आणि अभिलाषा या त्रासांतून ती आपल्याला मुक्त करते.'

जेव्हा आपला स्व अधिक तीव्र होतो आणि आपल्याला त्याचा त्रास होतो, त्या वेळी *सतर्क* राहत *निःस्वार्थी* बनणं हा चांगला पर्याय वाटतो.

आपण चांगलं असणं या गोष्टीनं बरं वाटतं, कारण त्यामुळेच या जगात आपण फक्त एकटेच महत्त्वाचे नाही, या सत्याची आपल्याला आठवण होत राहते. आपण सगळेच महत्त्वाचे आहोत. कारण आपण जिवंत आहोत.

त्यामुळे भव्य चित्र बघण्यासाठी किंवा अनुभवण्यासाठी दयाळू वृत्ती हा कृतिशील मार्ग आहे. अखेरीस आपण सगळेच एकच आहोत. आपण जीवन आहोत. आपण सद्सद्विवेक आहोत, त्यामुळे आपण या सगळ्या मानवतेचा अंश आहोत, आपण एकटे नाही, या जाणिवेमुळे अधिक चांगलं वाटतं. आपल्या शरीरातील एखादी पेशी मरून जाते, तसे आपणही शरीराने मरून जाऊ, पण आयुष्य सुरूच राहणार आहे. आणि त्या अर्थाने विचार केला, तर आयुष्य हा एकमेकांशी वाटून घेतलेला अनुभव असतो आणि ते सतत सुरू असतं.

स्वतःच्या मदतीसाठी

काळ कसा थांबवता येईल - चुंबनाने.

काळाच्या मर्यादा ओलांडून भटकंती कशी करता येईल - वाचनाने.

काळाच्या कचाट्यातून सुटका कशी करून घेता येईल - संगीताने.

काळ जाणून कसा घेता येईल - लेखनाने.

आणि काळ मुक्त कसा करता येईल - श्वसनाने.

काळाबाबतचे विचार

काळ आपल्याला पुष्कळ छळतो.

काळच आपल्याला म्हातारं बनवतो, काळामुळेच आपण मरण पावतो. या सगळ्या चिंता देणाऱ्या गोष्टी आहेत. ॲरिस्टॉटलने म्हटल्याप्रमाणे 'काळ अनेक गोष्टींचा चुथडा करून टाकतो.' आपला चोळामोळा होईल आणि इतरांचाही चुथडा होईल या गोष्टीला आपण फार घाबरत असतो.

आपल्याला सतत सगळ्याची घाई असते. कारण वेळ कमी असतो. नायके हा ब्रँड तर सांगतोच ना, 'जस्ट डु इट'... पण म्हणून खरोखरच *करून टाकणे* हे उत्तर असतं का? की करून टाकल्याने काळ अधिक वेगाने सरत असतो? मग त्यापेक्षा फक्त असणं पुरेसं नाही का? जरा कमी स्पोर्टी चपला-बूट विकले गेले तरी काय हरकत आहे?

काळ हा वेगवेगळ्या वेगाने पुढे सरकत असतो. मी जसं याआधी सांगितलं आहे, की १९९९ आणि २०००मध्ये मी खूपच आजारी होतो, ती वर्षं अगदी मंद गतीने गेल्यासारखी आणि अनेक वर्षांसारखी वाटली. नव्हे- काही दशकांसारखी वाटली. दुःख, वेदना काळ लांबवत राहतो. पण हे का होतं, तर वेदना किंवा दुःख सतत त्यांची आपल्याला जबरदस्तीने जाणीव करून देत राहतं.

इतरही अनेक गोष्टींची जाणीव करून घेण्याने काळ लांबतो. ध्यानधारणा म्हणजे हेच आहे. कर्ट व्हॉनेगट या अमेरिकन लेखकाच्या शब्दांत 'काळाच्या लखलखत्या क्षणाची जाणीव आपल्याला हवी.' (amber of the moment - हे कर्टचे शब्द!)

हे वाचायला, ऐकायला निश्चितच सोपं आहे, पण खरं सांगा किती जण आयुष्यात वर्तमानात जगू शकतात? किंवा किती जण भूतकाळातल्या गोष्टींबाबत खंत करण्यात किंवा भविष्याची काळजी करण्यात मश्गूल असतात. काळ या संकल्पनेला आपला प्रतिसाद काय असतो, तर फार उशीर होण्यापूर्वी प्रयत्न करून अनेक गोष्टी साध्य करून घेणे. पैसे मिळवणे, आपली प्रतिष्ठा वाढवणे, लग्न करणे, संसार थाटणे, मुलांना जन्म देणे, पदोन्नती मिळवणे, मग आणखी... आणखी जास्त पैसे मिळवणे... हे चक्र सुरूच राहतं. पण थांबा... हे चक्र सुरू राहत नसावं, अन्यथा आपण या बाबत ही चर्चाच केली नसती. मात्र, आधी... जास्त मिळवण्याच्या ईर्षेपोटी आपण ही दमछाक करणारी स्पर्धा सुरू करतो आणि त्यातून आयुष्य अधिक कमीच होत असतं. वर्षांच्या गणतीत किंवा प्रत्यक्ष काळात नाही, तर काळ अनुभवण्याचा वेळ कमी होतो. एक कल्पना करा, आपल्याकडे असलेला सगळा काळ एखाद्या बाटलीत वाइनप्रमाणे बंद करून दिला आहे, मग आपण त्याचा उपयोग कसा करायला हवा, तो काळ पटकन संपू नये म्हणून काय करायला हवं? तो एका दमात घटाघटा गिळून टाकायला हवा? नाही! तर तो वाइनसारखाच छोटे घुटके घेत, त्याच्या स्वादाचा आनंद घेत कौतुकाने रिचवायला हवा ना?

फॉर्मेंटेरा

इबिझाच्या **दक्षिणेकडे** एक छोटंसं बेट आहे. बॅलिऑरिक बेटांतलं हे चौथ्या क्रमांकाचं मोठं बेट! क्वचित कधी वेळ मिळाला तर मी आणि अँड्रिया तिथे जात असू. शांत... स्तब्ध पाणी आणि शुभ्र वाळूचे किनारे असणारी ही जागा. इथल्या समुद्रातल्या समुद्री गवताचं संरक्षण करण्यासाठी ही जागा युनेस्कोअंतर्गत येते, त्यामुळे संपूर्ण मेडीटरेनियन भागातलं हे सर्वांत स्वच्छ बेट आहे. इबिझामधला गडबड-गोंधळ, आवाज यांच्या तुलनेत हे पूर्णपणे शांत बेट! या बेटावरची लोकसंख्या आहे अवघी २०००! यात अनेक कलाकार आहेत, हिप्पी आणि योगा-शिक्षकही आहेत. (हे बेट तुम्ही जर नकाशावर शोधलंत, तर इंग्लिशमधलं V हे आद्याक्षर जर उलटं केलं तर कसं दिसेल, तसं दिसतं. म्हणजे ते नेहमीच ओणवं असल्यासारखं दिसतं.) साठच्या दशकातले प्रवाह या बेटाने अद्याप जपले आहेत. या बेटावरच्या अगदी दक्षिण टोकावरच्या 'केप द बार्बारिया' या ठिकाणी असणाऱ्या दीपगृहात बॉब डिलनने काही काळ मुक्काम केला होता. आणि याच फोर्मेंटेरा बेटावर जोनी मिचेल हिने ब्ल्यू हा अल्बम लिहिला होता.

एकूणच बॅलिऑरिक भागाचा धसका माझ्या मनात होता. कारण माझ्या नैराश्याची सुरुवात इथे इबिझामध्येच तर झाली होती. त्यामुळे या भागात जाणं ही अवघड गोष्ट बनली होती. पण आता एखादी शांत जागा कोणती - असा विचार मनात येतो, तेव्हा मला हीच जागा आठवते. इथल्या जुनिपर आणि बदामांच्या झाडांची चित्रं मी रेखाटतो. मला इथला समुद्रही आठवतो. स्वच्छ, निळाभोर आणि चमकता समुद्र!

इथली छोटी छोटी गावं, इथली बंदरं आणि किनारे मला आठवतात. एस प्युजोल, एल पिलार द मोला, ला सॅव्हिना, केप द बार्बारिया, प्लाय इलेतीस असे अनेक! आणि या सगळ्यांपेक्षाही खुद्द बेटाचं नाव!

कधी मला मनावरचा ताण वाढतोय, असं वाटलं तर मी डोळे बंद करून घेतो आणि या सगळ्यांचा विचार करतो. समुद्राची लाट किनाऱ्यावर येते आणि घरंगळल्यासारखं तिचं पाणी पुन्हा मागे जातं, तसे माझ्या मनात शब्द घरंगळत राहतात... *फोर्मेंटेरा... फोर्मेंटेरा... फोर्मेंटेरा.*

पडद्यावरच्या प्रतिमा

पूर्वी नैराश्याच्या गर्तेत जाण्याआधी मला एखादी चिंता सतावायला लागली की दुसऱ्या एखाद्या गोष्टीत मन वळवून मी ती चिंता हाताळत असे. मग मी क्लब्ज़मध्ये जात असे, मनसोक्त दारू पीत असे, उन्हाळ्याच्या दिवसांत इबिझामध्ये जाऊन राहत असे, मसालेदार-चमचमीत पदार्थ खात असे, रात्री उशिरापर्यंत तद्दन फालतू सिनेमे बघत असे, थरारक पुस्तकं वाचत असे, ढणाढणा संगीत ऐकत असे. मला शांततेची भीती वाटत असे. कोणतीही कृती शांततेने करण्याची, आपला वेग कमी करण्याची, आवाज कमी करण्याची मला भीती वाटत असे, असं मला वाटतं. माझ्या मनाने शांतपणे या गोष्टी ऐकण्याचीच मला धास्ती वाटत असे.

नंतर मी आजारी पडलो आणि त्या वेळी या सर्व गोष्टी माझ्या हाताबाहेरच गेल्या. त्या सुमारास मी एकदा रेडिओ सुरू केला आणि कोसळणाऱ्या घराचा आवाज ऐकला, तेव्हा मला भीतीचा जबरदस्त झटका आला. मी जालफ्रेझी खाल्ली तर त्या रात्री मी बिछान्यात तळमळत पडून राहत असे, मला अनेक भास होत. माझी धडधड वाढत असे. लोक स्वतःच त्यांच्या समस्येवर उपचार म्हणून दारू किंवा ड्रग्ज घेतात, मी माझ्या जाणिवा बधिर होण्यासाठी घेत असे. माझ्या डोक्यात जे वादळ घोंघावत असे, ते शांत करण्यासाठी किंवा त्याच्याकडे दुर्लक्ष करण्यासाठी मी काहीही केलं असतं. पण वयाच्या चोविशी ते बत्तिशी या काळात ग्लासभर वाइनही मी प्यायली नाही. अर्थात हे मी फार खंबीर होतो, म्हणून नाही. (दारूला स्पर्शही न करणाऱ्या माझ्या भावी सासूबाईंना वाटे की मी फार कणखर आहे, ही गोष्ट अलाहिदा!) तर, काही केलं तर माझं मनच बदलून जाईल, याची मला धास्ती वाटत असे. त्या वर्षांपैकी पाच वर्षं तर

साधी आयबुप्रोफेन घ्यायलाही मी नकार देत असे. मी पहिल्यांदा जेव्हा आजारी पडलो, तेव्हा मी काहीच्या काही प्यायलो होतो, असं नाही. उलट त्या दिवशी मी एक घोट दारूही प्यायलो नव्हतो. आणि तुलनेने मी बराच निरोगी अवस्थेत होतो. तेव्हा बहुतेक असं काहीतरी झालं असावं. माझ्या आधीच विकल झालेल्या मनाचं संतुलन पार ढळलं होतं. द *इटालिअन जॉबमध्ये* ती बस कशी कड्याच्या टोकावरून दरीत हेलकावे खात लोंबत असते, तसं काहीसं माझं झालं होतं आणि त्यात आणखी मी मोहात पडून दारू प्यायलो, तर माझा कपाळमोक्षच झाला असता, असा विचार मी केला असावा.

तर समस्या ही होती. मला एखाद्या गोष्टीतून लक्ष काढून घेण्याची गरज असे, तेव्हा ते मला जमत नसे. माझी भीती इतकी तीव्र होती, की अँड्रिया जर रेड वाइन पीत असेल, तर तिच्या नुसत्या वासानेही माझ्या मेंदूत काही तरी गडबड होतीय असं वाटू लागत असे. पण एका अर्थी ही चांगली गोष्ट होती. मला माझ्या मनावर लक्ष केंद्रित करण्याची गरज होती. जुन्या भयपटात पडद्यामागून पाहिलं की समोर अक्राळविक्राळ राक्षस दिसत असे.

त्यानंतर अनेक वर्षांनी मी मनाची सतर्कता आणि ध्यानधारणा या गोष्टींसंदर्भातली पुस्तकं वाचली. आनंदाची किंवा खरं तर त्याहून हवी असणारी गोष्ट म्हणजे *शांततेची किल्ली* ही नेहमीच आनंदी विचार करण्यात दडलेली नसते. नाही. हे अशक्यच आहे. या पृथ्वीतलावरच्या कोणत्याही सुज्ञ व्यक्तीचं मन हे केवळ आनंदी विचारात रममाण असणं शक्य नाही. तुमच्या विचारांचा स्वीकार ही खरी किल्ली आहे. चांगल्या-वाईट सर्व विचारांचा स्वीकार! अर्थात विचारांचा स्वीकार करा...ते तुमच्यात भिनू देऊ नका.

उदाहरणार्थ, एखादा किंवा सातत्याने येणारे वाईट विचार म्हणजे दुःखी माणूस नाही. अधिक स्पष्ट करून सांगतो. तुम्ही सोसाट्याच्या वादळ-वाऱ्यातून चालत आहात. पण तुम्ही म्हणजे ते वादळ किंवा वारा नसता.

आपलं मन असंच आपल्या ताब्यात पाहिजे. मनाचं दुखणं-खुपणं आपल्याला कळायला पाहिजे, पण हेही लक्षात ठेवायला हवं की ही गरजेची गोष्ट आहे. ती सरून जाणार आहे.

आताही मी जेव्हा जेव्हा निराश होतो, औदासीन्य येतं, मन गर्तेत जाऊ लागतं, त्या त्या वेळी मी प्रयत्नपूर्वक एक गोष्ट समजून घेतो आणि स्वतःलाच सांगत राहतो. या औदासीन्यापलीकडे माझ्या मनाचा एक मोठा हिस्सा आहे... तो व्यवस्थित आहे. तो नैराश्याच्या कचाट्यात सापडलेला नाही. तो निश्चल उभा आहे. आणि मला वाटतं, तो माझा आत्मा आहे.

अर्थात, त्याभोवती जर अनेक अर्थ असतील तर त्याला आत्मा असं म्हणायलाच हवं अशी काही गरज नाही. आपण त्याला फक्त 'स्व' म्हणू शकतो. हे समजून घेऊ. त्यामुळे वाईट मनःस्थिती म्हणजे आपण नसतो. त्यामुळे त्या क्षणी गोष्टी जशा वाटतात किंवा दिसतात, त्यांच्यावर विश्वास ठेवणे ही अगदी चुकीची गोष्ट आहे. त्या गोष्टी खाऊन-पिऊन आपली झोप झाली की उडून गेलेल्या असतात.

पण एक नक्की आहे, जेव्हा कधी मी फार वाईट मनःस्थितीत असतो, त्या वेळी माझ्यामधल्याच घट्ट, भक्कम आणि कणखर भागाला मी स्पर्श करतो. तो भाग कधीच नष्ट होणारा नसतो. बदलाच्या बाबतीत तो उत्तम सामना करणारा असतो. हा 'स्व' म्हणजे फक्त 'मी' नसतो, तर तो 'आम्ही'देखील असतो. 'स्व' - जो मला तुमच्याशी जोडतो, माणसा-माणसाला जोडतो. जगण्याची ही अतूट अशी ऊर्जा आहे, जीवनाची ताकद आहे. आपल्या आधी होऊन गेलेल्या दीड लाख पिढ्या आणि आपल्या मागून येणाऱ्या अनंत पिढ्यांची ती शक्ती आहे. आपल्या माणूसपणाचा अंश आहे.

मी तुम्ही आहे आणि तुम्ही मी आहात. आपण एकटे असूनही एकटे नाही. आपण काळाच्या मोजमापात बांधील आहोत आणि तरीही आपण अमर्याद आहोत. आपण हाडामांसाचे बनलेले आहोत... पण आपण तारेतारकाही आहोत.

खुजेपणा

साधारण महिन्याभरापूर्वी माझ्या आईबाबांना **भेटायला मी नेवार्कला गेलो होतो.** ते दोघेही आता त्या पूर्वीच्या घरात राहत नाहीत, पण ज्या रस्त्यावर आमचं ते जुनं घर होतं, त्याच्याच समांतर रस्त्यावर नवं घर आहे. चालत गेलं तर दोन्ही घरांत साधारण पाच मिनिटांचं अंतर आहे.

कोपऱ्यावरचं ते दुकान अजून तिथेच आहे. त्या दुकानात *मी माझा* चालत गेलो. वर्तमानपत्र विकत घेतलं. दुकानदार मला सुट्टे पैसे देत होता, तोवर मी शांतपणे उभा राहिलो. ज्या घरांसमोरून मी चालत चालत गेलो होतो, ती सगळी केशरी रंगांच्या विटांची घरं होती. फारसं काहीच बदललेलं नव्हतं. साऱ्या जगाचे व्यवहार अगदी सुरळीतपणे सुरू असताना तुमच्या मनात होणाऱ्या या बदलांपेक्षा तुम्हांला अधिक खुजं, अधिक क्षुल्लक असं दुसरं काहीही वाटू देत नाही. पण, यापेक्षा अधिक मुक्त वाटणारंही काही नाही. या मोठ्या जगात तुम्ही तुमच्या खुजेपणाचा स्वीकार करणं, यासारखी दुसरी गोष्ट नाही.

कसं जगाल?
(उपयुक्त अशा चाळीस गोष्टी... अर्थात प्रत्येक वेळी मीसुद्धा त्या पाळतोच असं नाही...)

१. आनंद होईल तेव्हा तेव्हा त्याबद्दल कौतुक करा.

२. चवीचवीने घोट घ्या. घटाघटा गिळू नका.

३. स्वतःबद्दल सहृदय राहा. काम कमी करा. झोप जास्त घ्या.

४. भूतकाळातली कोणतीही गोष्ट तुम्ही बदलू शकत नाही. हे अगदी मूलभूत तत्त्व आहे.

५. मंगळवारी आणि ऑक्टोबर महिन्यात जरा जास्त काळजी घ्या.

६. कर्ट व्हॉनेगटने अगदी बरोबर सांगितलं आहे. 'आतापर्यंत लागलेल्या शोधांत लेखन आणि वाचन हे ध्यानधारणेचे सर्वाधिक पोषक मार्ग आहेत.'

७. जितकं बोलता, त्यापेक्षा अधिक ऐका.

८. कधी कधी आळस आला, काही काम केलं नाही तरी त्याबद्दल मुळीच अपराधी वाटून घेऊ नका. काहीही काम न केल्याने या जगात फारशी इजा होत नाही, इतकी काम केल्याने झाली आहे. मात्र काहीही काम न करण्याला अर्थ द्या. विचार करा.

९. तुम्ही जिवंत आहात, श्वसन करत आहात, याची जाणीव असू द्या.

१०. कोणत्याही क्षणी तुम्ही कुठेही असलात, तरी काहीतरी सुंदर गोष्टीचा शोध घ्या. एखादा सुंदर चेहरा, कवितेची एखादी सुंदरशी ओळ,

खिडकीच्या चौकटीतून आकाशात दिसणारा एखादा ढग, एखादं भित्तिचित्र, विंड फार्म! सौंदर्य आपलं मन स्वच्छ करतं.

११. द्वेष ही निरर्थक भावना आहे. त्यामुळे तो मनात भरून ठेवण्याला काहीही अर्थ नाही. असं करणे म्हणजे विंचू चावला म्हणून त्याला शिक्षा देण्यासाठी तो खाण्यासारखे आहे.

१२. धावायला जा. आणि त्यानंतर थोडा योगा करा.

१३. दुपार डोक्यावर येण्यापूर्वी मस्त अंघोळ करा.

१४. आकाशाचं निरीक्षण करा. या विश्वाची स्वतःला आठवण करून द्या. स्वतःचं खुजेपण जाणवावं यासाठी प्रत्येक संधीमध्ये विशालता, भव्यता शोधा.

१५. दयेने वागा.

१६. विचार हे केवळ विचार असतात, हे जाणा. जर त्यांच्या मागे काहीही कारण दिसत नसेल, तर ते शोधा. जरी काहीही कारण दिसत नसेल, तरी विचार सकारणच हवेत. तुम्ही तुमच्या मनाचे निरीक्षक आहात. त्याचे बळी नाही.

१७. निरुद्देशपणे टीव्ही बघू नका. सोशल मीडियावरही निरुद्देशपणे रमू नका. तुम्ही जे काही करत असाल, त्याची स्पष्ट जाणीव तुम्हांला हवी. टीव्हीला कमी लेखू नका. उलट त्याला अधिक महत्त्व द्या. मगच तुम्ही तो कमी प्रमाणात बघू शकाल. जर तुम्ही तुमच्या भटकणाऱ्या चित्तावर नियंत्रण ठेवलं नाही, तर त्याने उलट लक्ष भरकटण्याची शक्यता असते.

१८. खाली बसा. आडवे झोपा. स्थिर व्हा. काहीही करू नका. निरीक्षण करा. तुमचं मन काय सांगू पाहत आहे, ते ऐका. त्याला चूक-बरोबरच्या पारड्यात न बसवता, *फ्रोझनमधल्या* स्नो क्वीनप्रमाणे त्याला जे काही करायचं आहे, ते करू द्या.

१९. ज्या गोष्टी कदाचित घडणारच नाहीयेत, त्यांच्याविषयी काळजी करणं थांबवा.

२०. झाडांचं निरीक्षण करा. झाडांच्या सान्निध्यात राहा. झाडं लावा. (झाडं फार महत्त्वाची असतात.)

२१. यू ट्यूबवर योगा मार्गदर्शकांचे व्हिडीओज बघा. चालायला जाल, तेव्हा तुमची पावलं जमिनीचं जणू चुंबन घेत आहेत, अशा पद्धतीने चाला.

२२. जगा, प्रेम करा. आणि कोणतीही गोष्ट मनात धरून न ठेवता सोडून द्या. (Live. Love. Let go. - 3 Ls)

२३. अल्कोहोलचं गणित लक्षात ठेवा. वाइन पिताना गुणाकारच होत जातो. जितकी जास्त तुम्ही प्याल, तितकी आणखी पिण्याची शक्यता वाढत जाते. एक ग्लासभर पिऊन तुम्ही थांबू शकला नाहीत, तर तीन ग्लासेस प्यायल्यावर तर आणखी वाईट अवस्था होते. इथे बेरीज म्हणजे गुणाकारच असतो.

२४. तुम्ही कुठे आहात आणि तुम्ही कुठे असायला हवे आहात, यातली जी दरी आहे, तिच्यावर लक्ष ठेवा. कारण त्या दरीचा फक्त विचार करत राहिलात, तर ती वाढतच जाईल. आणि त्याचा परिणाम म्हणजे तुम्ही त्या दरीत कोसळू शकता.

२५. पुस्तक वाचा. ते संपवण्याचा विचार न करता फक्त वाचा. प्रत्येक शब्दाचा, वाक्याचा आणि परिच्छेदाचा आनंद घ्या. पुस्तक लवकर संपू दे किंवा कधीच संपू नये असा काहीच विचार करू नका.

२६. इतर लोकांशी नेहमी दयाळूपणे वागा. या विश्वात इतर कोणत्याही औषधात तुम्हांला बरं करण्याची क्षमता नाही. याच एकमेव गोष्टीमुळे कितीही उदास वाटत असलं तरी तुम्हांला बरं वाटेल.

२७. साहित्यविश्वातला सर्वांत मोठा नैराश्यग्रस्त माणूस हॅम्लेट रोझेनक्रँट्झ आणि गिल्डर्नस्टर्न यांना काय सांगतो, ते लक्षात ठेवा. 'चांगलं किंवा वाईट असं काहीही नसतं. आपले विचार ते ठरवत असतात.'

२८. जर कुणी तुमच्यावर प्रेम करत असतील तर त्यांना प्रेम करू द्या. त्या प्रेमावर विश्वास ठेवा. त्यात काहीही अर्थ नाही, असं तुम्हांला वाटत असेल, तरीही त्यांच्यासाठी जगा.

२९. सगळ्या जगाने तुम्हांला समजून घेण्याची काहीही गरज नाही. काही लोक त्यांनी जे अनुभवलेलं नाही, ते समजूच शकणार नाहीत. काही समजू शकतील. त्यामुळे ठीक आहे. कृतज्ञ राहा.

३०. जुल्स व्हर्न या फ्रेंच लेखकाने 'लिव्हिंग इन्फिनाइट' विषयी लिहिलं आहे. हे जग प्रेमाचं आणि भावनांचं आहे, ते एखाद्या 'समुद्रा'सारखं आहे. आपण त्यात उडी मारू शकलो, तर आपण अमर्याद आहोत, याची जाणीव आपल्याला होईल. आपल्यातली अमर्यादता आपल्याला गवसेल. आणि आपल्या जगण्यासाठीची जागाही!

३१. पहाटेचे तीन ही वेळ आपलं आयुष्य सुरळीत करण्याची आणि त्यासाठी प्रयत्नही करण्याची वेळ नाही.

३२. तुमच्यात काहीही विचित्र गोष्ट नाही, हे नेहमी लक्षात ठेवा. तुम्ही फक्त माणूस आहात. माणूस हा नैसर्गिक प्राणी आहे, त्यामुळे तुम्ही जे काही करता किंवा तुम्ही जे काही अनुभवता ते अगदी नैसर्गिक आहे. आपले पूर्वज माकडं होती. तुम्ही या जगाचा एक भाग आहात आणि हे जग तुमचा! प्रत्येक गोष्ट एकमेकांशी जोडली गेली आहे.

३३. चांगलं-वाईट, जिंकणं किंवा हरणं, वर-खाली जाणं या गोष्टींवर विश्वास ठेवू नका. तुम्हांला फार उदास वाटत असेल किंवा फार उत्साही वाटत असेल, तुम्ही निराश असाल किंवा आनंदी असाल, शांत असाल किंवा संतापलेले असाल, शेवटी तुमच्या व्यक्तिमत्त्वाचा गाभा तोच असतो. आणि तेच तुम्ही असता.

३४. निराशेत तुमचा किती वेळ गेला आहे, याची मोजदाद करत बसू नका. त्यातून बाहेर आल्यानंतरचा वेळ हा अधिक मौल्यवान आहे.

३५. स्वतःशी पारदर्शक राहा. स्वतःच्या मनाच्या निगराणीसाठी एक ग्रीनहाउस तयार करा. आणि मग त्याचे निरीक्षण करा.

३६. एमिली डिकन्सन वाचा, ग्रॅहमग्रीन वाचा, इटॅलो कॅल्व्हीनो वाचा, माया अँज्लू वाचा. जे हवं ते वाचा. पण वाचा नक्की. पुस्तकं म्हणजे अनेक शक्यता असतात. बिकट प्रसंगातून सुटका करून घेण्याचा ती मार्ग असतात. तुमच्या हातात कोणताही पर्याय नसतो, त्यावेळी पुस्तकं तुम्हांला पर्याय देतात. थारा नसलेल्या मनासाठी प्रत्येक पुस्तक म्हणजे एक घर असतं.

३७. छान सूर्यप्रकाश असेल आणि तुम्हांला बाहेर जाणं शक्य असेल, तर जरूर सूर्यप्रकाशात जा.

३८. या पृथ्वीतलावरची सर्वाधिक महत्त्वाची कोणती गोष्ट असेल, तर ती म्हणजे बदल. गाड्या गंजून जातात. कागद पिवळे पडतात. तंत्रज्ञान जुनं होऊन जातं. सुरवंटांची फुलपाखरं बनतात. रात्र जाते आणि दिवस उगवतो. तसंच नैराश्यही निघून जातं.

३९. आपल्याला आराम करायलाही अजिबात वेळ नाही, हा विचार जेव्हा मनात येईल, तेव्हा लक्षात ठेवा, त्याच क्षणी निवांतपणे आराम करण्यासाठी तुम्ही वेळ काढायची गरज आहे.

४०. धाडसी बना. कणखर बना. श्वास घेत राहा... सुरू ठेवा. नंतर तुम्ही स्वतःचेच आभार मानाल.

आयुष्यात पुन्हा कधीही ज्या गोष्टींचा मी आनंद घेऊ शकणार नाही, असं मला वाटत होतं, पण प्रत्यक्षात त्या गोष्टींचा आनंद मी घेतला :

सूर्योदय, सूर्यास्त, असंख्य सूर्य... विश्व – जी आपली नाहीत, पण रात्रीच्या आकाशात ती चमकतात. पुस्तकं, थंडगार बीअर. शुद्ध ताजी हवा. कुत्रे. घोडे. जीर्ण होत जाणारी पुस्तकं. सकाळच्या वेळेचा प्रणय. दीर्घ, खोल, सार्थ चुंबनं. तशीच चोरटी, वरवरची आणि नम्र चुंबनं. (सर्व चुंबनं.) थंडगार पाण्याचे स्विमिंग पूल्स. धगधगत्या आगी. पबमधली जेवणं. बाहेर बसून ओलीव्ह्ज खाणं. चित्रपटगृहात अंधूक होत जाणारे लाइट्स आणि मांडीवर कोमट पॉपकॉर्न्स. संगीत. प्रेम. रॉक पूल्स. पीनटबटर सँडविचेस. इटलीमधल्या एखाद्या उबदार संध्याकाळी पाइनच्या झाडांचा वास. लांबवर धावून आल्यानंतर प्यायलेलं पाणी. प्रकृतीची काळजी वाटत असताना सगळ्या गोष्टी व्यवस्थित आहेत, हा दिलासा मिळणं. अपेक्षित फोन येणं. *एल्फमधला* विल फेरेल. मला उत्तम ओळखणाऱ्या व्यक्तीशी गप्पा. योगामधली पिजन पोझ. सहली. बोटींतून सफर. माझ्या मुलाचा जन्म होताना बघणं. माझ्या लेकीला जन्मानंतर अवघ्या तीन सेकंदांत पाण्यात पकडणं. The Tiger Who Came to Tea वाचणे आणि वाघाचा आवाज काढणे. माझ्या आईबाबांबरोबर राजकारणावर मारलेल्या गप्पा. रोमन हॉलिडे हा सिनेमा (आणि रोममध्ये खरोखरच घालवलेली सुट्टी). टॉकिंग हेड्स. नैराश्य या विषयावर पहिल्यांदाच ऑनलाइन केलेलं भाषण आणि त्याला मिळालेला उत्तम प्रतिसाद. कॅन्ये वेस्टचा पहिला अल्बम.

कंट्री म्युझिक. द बीच बॉय्ज. जुन्या सोल सिंगर्सना पुन्हा युट्यूबवर ऐकणे. याद्या. छान सूर्यप्रकाश असणाऱ्या दिवशी बागेत बाकावर बसणे. माझ्या आवडत्या लेखकांना भेटणे. परदेशांतले रस्ते. रम कॉकटेल्स. जोरजोरात उड्या मारणे *(ते माझं पुस्तक प्रकाशित करत आहेत...माझं पुस्तक प्रकाशित होणार)*. हिचकॉकचा प्रत्येक सिनेमा बघणे. प्रवासात मागे पडणारी रात्रीच्या वेळेची लुकलुकती गावं... जणू आकाशातली नक्षत्रं खाली आली असावीत. हास्य. होय... दुखेल इतकं हसणं. हसता हसता न राहवून पुढे वाकल्यावर पोट प्रचंड आनंदाने, मुक्ततेच्या भावनेने दुखायला लागतं. मग एका जागी बसल्यानंतर आनंदाने जोरात कण्हता... खोलवर श्वास घेता, मग तुमच्या शेजारच्या माणसाकडे एकटक बघत बसता, आनंद आवरता घेता. जिऑफ डायरचं नवीन पुस्तक वाचणं. ग्रॅहम ग्रीनचं जुनं पुस्तक पुन्हा वाचणं. टेकडीवरून खाली धावत सुटणं. ख्रिसमस ट्री. पहाटे तीन वाजता मस्त नाचत सुटणं. व्हॅनिला फज. वसाबीचे दाणे. माझ्या मुलांनी सांगितलेले भयानक विनोद. नदीत बदकांच्या जोड्या बघणं. पस्तीस, छत्तीस, सदोतीस, अडतीस, एकोणचाळिसावं वर्ष लागणं... कारण मी या वयापर्यंत पोहोचेन असं वाटलंच नव्हतं. मित्रमैत्रिणींशी गप्पा. अनोळखी लोकांशी बोलणं. तुमच्याशी बोलणं. हे पुस्तक लिहिणं.

थँक यू.

मनातलं आणि काही ऋणनिर्देश

विली नेल्सनने म्हटलं होतं की काही वेळा तुम्ही एखादं गाणं लिहायलाच हवं किंवा मग सरळ पाय खिडकीत टाकून निवांत बसा. मी यात तिसरा पर्याय सुचवतो की एखादं पुस्तक लिहा...

हे पुस्तक लिहिण्याची गरज मला बराच काळ जाणवत होती. पण ते लिहिण्याबाबत मला जरा काळजीही वाटत होती. कारण अगदीच उघड होतं. कारण हे खूप व्यक्तिगत होतं. त्यामुळे लिहिताना अनेक नकोशा आठवणींना मला पुन्हा एकदा सामोरं जावं लागेल, अशीही भीती वाटत होती. त्यामुळे या विषयावर मी बराच काळ लिहीत होतो... पण ते फिक्शनमध्ये.

दोन वर्षांपूर्वी मी *The Humans* नावाचं पुस्तक लिहिलं होतं. माझ्या इतर पुस्तकांपेक्षा या पुस्तकात मी माझ्या नैराश्याबद्दल लिहिलं होतं. ही खरं तर तांत्रिकदृष्ट्या एक काल्पनिक विज्ञानकथा होती. एक पराग्रहवासी माणसाच्या रूपात पृथ्वीवर येतो आणि साऱ्या मानवजातीविषयी त्याचं मत कसं बदलून जातं, अशा आशयाची ती कथा होती. मात्र मी प्रत्यक्षात नैराश्यावर कशी मात करता येऊ शकतो आणि या जगावर पुन:श्च प्रेम करता येऊ शकतं, याविषयी मी लिहीत होतो.

त्या पुस्तकाच्या शेवटी मी जे प्रकरण लिहिलं होतं (या पुस्तकाप्रमाणेच) त्यात मी जाहीरपणे पण थोडंफारच माझ्या या नैराश्याच्या आणि अतिचिंतेच्या समस्येविषयी लिहिलं होतं. ते तेवढंसं वाचून मला मिळालेला प्रतिसाद अगदी चांगला होता. तेव्हा एक गोष्ट लक्षात आली, मी उगीचच याविषयी बोलण्यासाठी चिंता करत होतो. उगीच विचित्र भीतीत अडकून बसण्यापेक्षा ज्या वेळी उघडपणे मी या सर्व गोष्टींबाबत बोललो, त्या वेळी माझ्यासारखे इतर अनेक लोक या समस्येने ग्रस्त आहेत, याची जाणीव मला झाली.

अनेकांना कधी ना कधी ही समस्या भेडसावली होती. ज्याप्रमाणे कोणीही शारीरिकदृष्ट्या पूर्ण तंदुरुस्त नसतं, त्याचप्रमाणे मानसिकदृष्ट्याही कुणीच १०० टक्के तंदुरुस्त नसतं.

मग त्या वेळी या विषयावर ऑनलाइन लिहिण्याचा आत्मविश्वास वाटू लागला. तरीही हे पुस्तक लिहू शकेन याची खात्री मला वाटत नव्हती. मला या बाबत आग्रह केला तो कॅथी रेंट्झेनब्रिक या थोर बाईने. कॅथी ही अनेक पैलू असणारी बाई आहे. मुख्य म्हणजे तिचं पुस्तकांवर प्रेम आहे. पुस्तकांचा ती प्रचार करते. त्यामुळे पुस्तकं प्रकशित व्हायला हवीत, हा तिचा आग्रह असतो. आम्ही दोघे इत्सूच्या एका शाखेत वसाबी फ्लेव्हरचे पॉपकॉर्न खात बसलो होतो. त्या वेळी, नैराश्यावर मी पुस्तक लिहिलंच पाहिजे, असा धोशा तिने लावला. कॅथी, हे पुस्तक तुला ते आवडेल अशी मला आशा आहे.

हे पुस्तक आत्ता ज्या रूपात *आलं* आहे, ते संपादकाशिवाय शक्य नव्हतं. (पुस्तक आणि आयुष्य यांत हाच फरक असतो. आयुष्याचा एकदाच मसुदा असतो. तो सुधारता येत नाही. पण पुस्तकाच्या मसुद्यावर काम करता येतं... एकदा... दोनदाही! हा पुस्तकासाठी मोठा फायदा असतो.) लेखकाने आपल्या ऋणनिर्देशात आपल्या संपादकाचा उल्लेख करायलाच हवा, पण तशी पद्धत नसती, तरी तत्त्व आणि तर्क या दोन्हींमुळे मला फ्रान्सिस बिकमोरचा उल्लेख करायलाच हवा. या पुस्तकाला आकार देण्यात त्याचा फार मोठा सहभाग आहे. त्याने केलेल्या अनेक सूचनांमुळे पुस्तक लिहिताना मला मोठी मदत झाली. खरं सांगायचं तर मला सुदैवाने असा संपादक भेटला, ज्याने या पुस्तकाच्या वेगळ्याच स्वरूपाबद्दल कधीही मला प्रश्न विचारले नाहीत. 'हे पुस्तक आठवणीवजा आहे की सेल्फ हेल्प प्रकारातलं आहे, की एक साधारण दृष्टी देणारं आहे?' असले प्रश्न त्याने मला कधीही विचारले नाहीत. या सगळ्या गोष्टी थोड्या थोड्या या पुस्तकात आहेत, त्याबद्दल त्याला काही अडचण वाटली नाही.

प्रकाशकांचा विचार करताना माझ्यासमोर कॅननगेट हेच नाव होतं. मी काही वेगळ्या पद्धतीने लिहू शकतो आणि त्यांना माझं लेखन आवडलं तर ते नक्कीच प्रकाशित करतील, याची मला खात्री होती. त्यांच्या बरोबर काम करणं ही माझ्यासाठी फार आनंदाची गोष्ट आहे. त्यांनी माझ्या कारकिर्दीला

एक नवीन वळण दिलं. जेमी बिंग याचा मी आभारी आहे. तिथे काम करणारे सगळेच लोक, म्हणजे - जेनी टॉड, अँड्रिया जॉईस, केटी मोफॅट, जॅझ लेसी-कॅम्पबेल, ॲना फ्रेम, विकी रुदरफोर्ड, सिॲन गिब्सन, जो डीन्गले, आणि सगळीच टीम - यांचेही आभार. कारण त्यांनी मला संधी दिली आणि माझ्याकडून काम करून घेतलं.

क्लेअर कॉन्वीलचेही इथे आभार मानायलाच हवेत. क्लेअर माझी एजंट! पुस्तकाची चिंता मला वाटू लागली की तिने मला धीर देत, काम करून घेतलं. तिचा तुम्हांला भक्कम आधार असतो. हे पुस्तक योग्य प्रकारे तयार होण्यात तिचा फार मोठा वाटा आहे.

गेली अनेक वर्षं मी लेखन करतो आहे, त्यासाठी मला वेगवेगळ्या पद्धतीने मदत करणाऱ्या प्रत्येकाचेच मी आभार मानतो. तान्या सेगहॅचेन, जेनेट विंटरसन, स्टीफन फ्राय, एसजे वॉटसन, जोन हॅरिस, ज्युलिया किंग्जफोर्ड, नताली डोहर्ती, ॲनी ईटन, ॲमन्डा क्रेग, कॅरडॉक किंग, ॲमन्डा रॉस आणि अनेक जण! मला भेटलेले आणि खूप वेगवेगळ्या प्रकारे काम करणारे सर्व पुस्तकविक्रेते! इथे उल्लेख करायलाच हवा तो म्हणजे वॉटरहाउस डॉनकॅस्टरच्या लेलाह स्केल्टन यांचा! त्यांनी *The Humans*च्या वेळी पीनट बटरचे जार्स आणि खास बिल्ले बनवून घेतले. ज्यांनी ज्यांनी फेसबुक आणि ट्विटरवर या संबंधी लिहून पुस्तक अधिकाधिक लोकांपर्यंत पोहोचवलं.

मला फार मोकळ्या मनाचं प्रेमळ कुटुंब लाभलं आहे. त्यांनी मला तग धरून राहायला आणि तरून जायला तर मदत केलीच, शिवाय हे पुस्तक लिहितानाही सर्व प्रकारे साथ दिली. त्यामुळे - आई, बाबा, फोबी, फ्रेडा, ॲल्बर्ट, डेव्हिड आणि कॅथरीनचेही आभार! माझा आधार बनल्याबद्दल धन्यवाद! माझं तुम्हा सर्वांवर फार प्रेम आहे.

मला रोज हजारो चांगली कारणं दिल्याबद्दल ल्युकास आणि पर्ल, तुमचेही आभार.

आणि अर्थातच अँड्रिया, तू माझ्यासाठी जे जे केलं आहेस, त्या साऱ्यासाठीच!

परवानगींसाठी ऋणनिर्देश

या पुस्तकात कॉपीराइट अंतर्गत येणाऱ्या सर्व मजकुरासाठी संबंधित व्यक्ती वा संस्थांकडून परवानगी घेण्याचे सर्व प्रयत्न करण्यात आले आहेत. जर त्यात काही चूक राहिली असेल किंवा कुणाचं नाव राहून गेलं असेल, तर क्षमस्व! असं काही जर लक्षात आणून दिलं तर पुढच्या आवृत्तीत किंवा पुनर्मुद्रण करताना त्याची दखल घेऊन पुस्तकात त्यांचा समावेश करता येईल.

काफ्का ऑन द शोअर आणि *व्हॉट आय टॉक अबाउट व्हेन आय टॉक अबाउट रनिंग* या हारूकी मुराकामीच्या पुस्तकांतील उताऱ्यांसाठी द रँडम हाऊस ग्रुप लि. आणि कर्टिस ब्राऊन लिटररी अँड टॅलेंट एजन्सीकडून परवानगी घेण्यात आली आहे.

ॲन सेक्स्टनच्या लेखनातली काही वाक्यं एसएलएल/स्टर्लिंग लॉर्ड लिटरिस्टिक, इंक कॉपीराइट बाय ॲंड सेक्स्टनच्या संमतीने पुनर्मुद्रित केली आहेत.

'डोन्ट स्वेट द टेक्निक' एरिक बॅरियर आणि विल्यम ग्रिफीन यांचे शब्द आणि संगीत कॉपीराइट.१९९१, हे EMI ब्लॅकवूड म्युझिक इंक, लंडन WIF 9LD यांच्या संमतीने पुनर्मुद्रित करण्यात आले आहे.

डेव्हिड बायरनच्या 'वन्स इन अ लाइफटाइम' या गाण्याचे शब्द इंडेक्स म्युझिक इंक. यांच्या सौजन्याने घेतले आहेत.

मानसिक आजारासाठी मदत घेताना

योग्य निर्णय घेण्यासाठी, उचित आधार मिळवण्यासाठी काही मार्गदर्शन :

पहिली पावलं कशी उचलावीत ?

मानसिक आरोग्याच्या समस्यांसाठी मदत घेणं, हे निरोगी आणि उत्तम राहण्यासाठी उचललेलं पहिलं पाऊल असतं. पण सुरुवात नेमकी कुठून आणि कशी करायची हे ठरवणं कठीण असतं.

मदत नेमकी केव्हा घ्यावी ?

मानसिक आरोग्यासाठी मदत घ्यावी की घेऊ नये, या बाबत संभ्रम असणे ही गोष्ट अगदी सर्रास दिसून येते. जोवर गोष्टी हाताबाहेर जात नाहीत, तोपर्यंत वाट बघण्याची वृत्ती दिसून येते. पण **मदत घेणं ही अगदी योग्य गोष्ट आहे**. त्यात काहीही गैर नाही. आपल्याला खरोखरच काही मानसिक समस्या आहे किंवा नाही या बाबत तुम्हांला खात्री नसेल, तर मदत घ्यावी.

तुम्हांला मदत घ्यावीशी वाटते याची तीन संभाव्य कारणे :

- स्वतःचे विचार आणि भावना यांच्याशी जुळवून घेता न येणं.
- तुमच्या दैनंदिन जीवनावर विचार आणि भावना यांचा परिणाम होत राहणं.
- कोणता आधार उपलब्ध आहे, हे शोधणं.

मी कुणाशी बोलावं?

साधारणपणे तुमच्या वैद्यकीय तज्ज्ञाशी, अर्थात डॉक्टरशी (त्यांनाच General Practitioner म्हणजेच GP म्हणतात.) सुरुवातीला बोलावं.

तुमचे डॉक्टर –

- तुमच्या समस्येचं निदान करू शकतात.
- तुम्हांला आधार आणि उपचार देऊ शकतात.
- एखाद्या विशेष तज्ज्ञाकडे जाण्यास सुचवू शकतात.

माझ्या डॉक्टरांना मी काय सांगायला हवं?

जेव्हा तुम्हांला बरं वाटत नसतं, त्या वेळी त्या मानसिक समस्येबद्दल डॉक्टरांशी कसं बोलावं, ते समजत नाही. पण तुम्हांला नेमकं काय वाटतं आहे, काय जाणवतं आहे, हे दुसऱ्याला सांगायचा कोणताही मार्ग चुकीचा नसतोच.

या काही गोष्टींचा विचार करा :

- **प्रामाणिक राहा आणि अगदी मोकळेपणाने बोला.**
- तुमच्या समस्येचं निदान काहीही झालं तरी, तुम्हांला कसं वाटत आहे, **काय वाटत आहे यावरच तुमचं लक्ष केंद्रित असू द्या. मागील काही महिने किंवा काही आठवडे** तुम्हांला काय वाटत आहे, काही बदललं आहे का, हे स्पष्ट करून सांगायचा प्रयत्न करा.
- मदत मिळवण्यासाठी काही विशिष्ट प्रकारेच गोष्टी सांगण्याची आवश्यकता नाही. **तुम्हांला जे स्वाभाविक वाटतं, तसेच शब्द वापरा.** तसंच वर्णन करा.
- **तुमची समस्या फार छोटी आहे** किंवा फारशी महत्त्वाचीच नाही, या बाबत मुळीच चिंता करू नका. प्रत्येकाला मदतीची गरज असते. आणि तुम्हांला मदत करण्यासाठी तुमचे डॉक्टर आहेतच.

मी तयारी कशी करू?

डॉक्टरांसोबतच्या भेटी तुलनेने कमी वेळाच्या असतात. त्यात जर बोलायला तुम्ही कचरत असाल, तर ज्या गोष्टी महत्त्वाच्या आहेत, त्यांचाच बोलताना विसर पडू शकेल. त्यामुळे डॉक्टरांना भेटायला जाताना तयारीनिशी जा.

त्या बाबत काही सूचना :

- **काय सांगायचं आहे, ते आधीच लिहून काढा.** ते मुद्दे डॉक्टरांकडे जाताना सोबत ठेवा.
- **भेटीच्या ठरलेल्या वेळेपूर्वीच पोहोचेचा.** कारण उशीर झाला तर, धावपळ होतेच; शिवाय त्याचा ताणही येतो.
- **थोडं निराश वाटत असेल, तर डॉक्टरांना त्याची कल्पना आधीच देऊन ठेवा.**
- **आधार म्हणून सोबत कुणालातरी घेऊन जा.** जवळचा मित्र किंवा कुटुंबातील सदस्य वगैरे.
- तुम्हांला काय वाटतंय, काय होतंय याविषयी तुम्ही कुटुंबीयांशी किंवा मित्रांशी बोलला असाल तर **डॉक्टरशी काय बोलायचं आहे, याचा त्यांच्याशी बोलून सराव करा.**
- तुम्हांला काय होत आहे, हे नेमकं सांगण्यासाठी एखादी माहिती कुठे सापडली तर **तिला खूण करून ठेवा किंवा त्याची प्रिंट काढून ठेवा.**
- काही गोष्टी सविस्तर बोलायच्या असतील, तर अपॉइंटमेंट घेतानाच **अधिक वेळ मागून घ्या.**

अनुवादकाचे मनोगत

या पुस्तकाच्या अनुवादाचं काम मी सुरू केलं गेल्यावर्षी! म्हणजे २०२१ साली ऑगस्टच्या सुमारास! कोविडची पहिली लाट ओसरत होती. लॉकडाउनचा मानसिकदृष्ट्या दमवून टाकणारा अनुभव सगळेच घेत होते. त्या वेळी मला मंजुल पब्लिशिंग हाउसच्या मराठी विभागाचे प्रमुख चेतन कोळी यांनी 'रिझन्स टू स्टे अलाइव्ह' या बेस्टसेलर पुस्तकाचा अनुवाद करणार का, असं विचारलं. या पुस्तकाविषयी मी ऐकलं होतं, पण तपशिलाने फारसं माहिती नव्हतं. त्यांनी पुस्तक पाठवलं आणि पहिली काही प्रकरणं वाचूनच मी अनुवादाचं काम स्वीकारलं.

मॅट हेग यांची ही स्वतःचीच गोष्ट आहे. वयाच्या चोविसाव्या वर्षापासून नैराश्याचा, अतिचिंतेचा ते सामना करत होते. एका टप्प्यावर या प्रश्नाने फारच अक्राळविक्राळ रूप धारण केलं. त्यावेळी आणखी वाईट परिस्थिती होऊ न देता नैराश्यावर मात करण्याचे सर्व प्रयत्न त्यांनी सुरू केले आणि ते जिंकलेही. या सगळ्यात त्यांना कोणत्या गोष्टी साहाय्यभूत ठरल्या, कशा प्रकारे त्यांनी आपली मानसिक समस्या हाताळली, यात खचून जाण्याचे किंवा यशाचे टप्पे कोणते होते या सगळ्याचा प्रवास त्यांनी या पुस्तकात मांडला आहे.

मॅट हेग यांचा हा एका अर्थी स्वतःशीही संवाद आहे आणि एका अर्थी त्यांनी या मानसिक समस्येचा अनेक अंगांनी लेखाजोखा मांडला आहे. स्वतःच्या या समस्येविषयी इतक्या मनापासून बोलणं आणि स्वतःलाही तपासणं ही मला या लेखकाची फार कौतुकास्पद वैशिष्ट्यं वाटली. त्यासाठी स्वतःच्या सर्व गुणदोषांचा जाहीरपणे स्वीकार करणं किती महत्त्वाचं असतं,

ही गोष्ट हे पुस्तक सांगतं. या सर्व प्रवासात मॅट हेग आणखी एक महत्त्वाची गोष्ट सांगतात ती म्हणजे, कोणत्याही बऱ्यावाईट वेळी आपली आधार–व्यवस्था म्हणजेच 'सपोर्ट सिस्टीम' खूप मोलाची ठरते. आपले नातेवाईक, मित्र–परिवार आणि आपले छंद या गोष्टींचे महत्त्व हे पुस्तक अधोरेखित करतं. चौफेर वाचन, चित्रपट, नाटक, इतर कलांची त्यांची जाण पुस्तकात जागोजागी दिसून येते इतके वैशिष्ट्यपूर्ण संदर्भ त्यांनी दिले आहेत. त्यामुळे आणि त्यांच्या शैलीमुळे पुस्तक कोरडं झालेलं नाही आणि ती आजाराची रोजनिशीही झालेली नाही.

चेतन, तुमचे मनापासून आभार! तुमच्यामुळे इतकं महत्त्वाचं पुस्तक मी अनुवादित करू शकले, तेही भरपूर वेळ घेऊन! आपल्या सुरुवातीच्या चर्चाही महत्त्वाच्या ठरल्या.

या पुस्तकाचं काम सुरू केल्यावर माझी मैत्रीण आणि समुपदेशक डॉ. मानसी देशमुख हिच्याशीही बोलत होते. अनेक तांत्रिक व वैद्यकीय संकल्पना तिने समजावून सांगितल्या. मानसी, धन्यवाद!

एका पुस्तकाच्या निर्मितीमागे मोठी टीम काम करत असते. या पुस्तकाचं संपादन करणाऱ्या मेधा कुलकर्णी, मुखपृष्ठ आणि मांडणी सजावट करणाऱ्या कविता पासलकर यांचेही आभार!

एक अगदी व्यक्तिगत आभार मानून थांबते. माझी आई अनुपमा श्रीखंडे ही मानसशास्त्राची २५ वर्षांहून अधिक काळ अध्यापिका. तिच्यामुळे हा विषय घरात खूप लहान वयापासून ऐकत होते. मानसशास्त्राविषयी ती नेहमी सांगत असे. या पुस्तकाचा अनुवाद प्रकाशित होताना बघून सर्वाधिक आनंद तिला होईल, याची खात्री आहे.

– नीता कुलकर्णी

अनुवादक परिचय

नीता जतीन कुलकर्णी या गेली १५ वर्षांहून अधिक काळ संपादन, लेखन आणि अनुवाद या क्षेत्रांत कार्यरत आहेत.

त्यांनी आतापर्यंत अनेक पुस्तकांचे ओघवते अनुवाद केले आहेत. यात अमेरिकेचे माजी राष्ट्राध्यक्ष बराक ओबामा यांचे आत्मचरित्र 'ड्रीम्स फ्रॉम माय फादर', राघव बहल यांचे भारत-चीन दरम्यानचे तौलनात्मक पुस्तक 'सुपरपॉवर?', निर्माता-दिग्दर्शक करण जोहर याच्या आत्मचरित्राचा अनुवाद 'खरं सांगायचं तर!', अनिता मूरजानी यांचे 'डाईंग टू बी मी', ब्रायन विज यांचे जागतिक स्तरावर बेस्टसेलर ठरलेले 'मेनी लाईव्हज् मेनी मास्टर्स', जोस सिल्वा यांचे 'सिल्वा माइंड कंट्रोल' आणि बी. के. एस अय्यंगार यांचे चरित्र 'योगाचार्य' इत्यादी पुस्तकांचा समावेश आहे.

त्यांच्या 'सुपरपॉवर?' या पुस्तकाला सार्वजनिक वाचनालय, नाशिक यांचा सर्वोत्तम अनुवादाचा स्वातंत्र्यवीर सावरकर पुरस्कार प्राप्त झाला आहे.

ख्यातनाम अभिनेता इरफान खान यांच्या चरित्राचा त्यांनी केलेला अनुवाद हा प्रकाशनाच्या मार्गावर आहे.